నెమలికన్ను చీర

(చేనేత కథల సంకలనం)

రాచపూటి రమేష్

 నవచేతన పబ్లిషింగ్ హౌస్

NEMALIKANNU CHEERA

- *Rachaputi Ramesh*

ప్రచురణ నెం. : 294/14

ప్రతులు : 1000

ప్రథమ ముద్రణ : మార్చి, 2018

© రచయిత

వెల: ₹ 90/-

ప్రతులకు:

నవచేతన పబ్లిషింగ్ హౌస్

గిరిప్రసాద్ భవన్, బండ్లగూడ(నాగోల్) జి.ఎస్.ఐ. పోస్ట్

హైదరాబాద్-500068. తెలంగాణ. ఫోన్స్:24224453/54.

E-mail: navachethanaph@gmail.com

నవచేతన బుక్ హౌస్

ఆబిడ్స్, సుల్తాన్‌బజార్, యూసఫ్‌గూడ, కూకట్‌పల్లి, బండ్లగూడ(నాగోల్)-హైదరాబాద్.

హన్మకొండ, కరీంనగర్, ఖమ్మం.

ముద్రణ : **నవచేతన ప్రింటింగ్ ప్రెస్,** హైదరాబాద్.

నా మాట

దాదాపు పాతికేళ్లుగా చేనేత కార్మికులతో గల అనుబంధం నన్ను ఈ కథలు రాయడానికి పురికొల్పింది. అనాదిగా భారతదేశం విశిష్ఠమైన చేనేత/పట్టు వుత్పత్తులకు పేరుగాంచింది. మన చేనేత వస్త్రాల నాణ్యతను చూసి అబ్బురపడి, బ్రిటీష్‌వారు ఆ వస్త్రోత్పత్తులను కైవశం చేసుకొని, వాటితో వాణిజ్యం చేయడానికే ఈ గడ్డపై కాలుమోపారన్న వాదన వుంది.

చేనేతకార్మికులు ఎదుర్కొంటున్న సమస్యలు, చేనేతరంగం ముందున్న సవాళ్లూ, పోటీలూ, కర్తవ్యం మొదలైన అంశాల గురించి సమాలోచన చేయడానికి ఈ సంపుటిలోని కథలు వుపకరించవచ్చు. నేడు చేనేత రంగం సంక్షోభంలో వుంది. నానాటికీ పెరిగిపోతున్న చేనేత/సిల్కు ధరలు, పవర్‌లూమ్స్ (మరమగ్గాలు)/మిల్లువస్త్రాలు, చైనా, కొరియా, అమెరికా మొదలైన దేశాల నుండీ విశృంఖలంగా దిగుమతౌతున్న వస్త్రాలు మొదలైన కారణాల వల్ల నానాటికి చేనేతవస్త్రాలకు గిరాకీ తగ్గుతూ వస్తొంది. అగ్గిపెట్టెలో ఇమిడేంత సన్నటి ఆరుగజాల చీర నేసిన చేనేత కళాకారునికి ఆదరణ కరవౌతోంది. జాతీయ జెండా తయారు చేసిన సృజన శిల్పికి గౌరవం తగ్గుతోంది. ఇది నిజంగా విచారకరం.

ఏ పరిశ్రమకైనా ముడిసరుకు, ఇంధనం, ఆర్థికవనరులు, మానవ వనరుల లభ్యత, మార్కెట్టు రవాణా, మార్కెటింగ్ సౌకర్యం ప్రధానం. నేతబట్టల తయారీలో సింహభాగం ఖర్చు ముడిసరుకే (నూలు/సిల్కు/జరీ). సిల్కు (రేషం) విలువ కిలో నాలుగు వేలకు మించడం, తత్సమానంగా చీరల ధర, కూలీలు పెరగక పోవడంతో చేనేతకార్మికులు, వ్యాపారులు తీవ్రసంక్షోభాన్ని ఎదుర్కొంటున్నారు.

మన దేశంలో 1817వ సంవత్సరానికి మునుపు నూలు మిల్లులుగానీ, బట్టల మిల్లులుగానీ లేవు. అప్పటి వరకు మనుషుల వస్త్ర అవసరాలు తీర్చిన ఏకైక పరిశ్రమ చేనేత. ఒక మగ్గం ఐదు మందికి వుపాధి కల్పించేది. ఇప్పటికీ వ్యవసాయరంగం తరువాత ఎక్కువ మంది చేనేతరంగం ద్వారానే భారతదేశంలో వుపాధి పొందుతూవున్నారు. కొయ్యలగూడెం, సిరిసిల్ల, గద్వాల, పోచంపల్లి, చీరాల, మంగళగిరి, ఉప్పాడ, ధర్మవరం, మాధవరం మొదలైన ప్రాంతాలు అనాదిగా చేనేత ఉత్పత్తికి ప్రధానకేంద్రాలుగా పేరు గాంచాయి.

చేనేతకారులు ఎదుర్కొంటున్న అనేక సమస్యల గురించి ఈ పుస్తకంలో లీలామాత్రంగానైనా ప్రస్తావించడం జరిగింది. భారీవర్షాలు, తుఫానుల సందర్భంలో చేనేతకార్మికులు ఎదుర్కొనే సమస్యలు (ముసురు), గృహవసతి ఏర్పరుచుకోవడంలో కార్మికుని ఇబ్బందులు (సాలెగూడు), సృజనకారునికి దక్కాల్సిన గౌరవం దక్కకపోవడం (నెమలికన్ను చీర), ముడిసరుకు ధరలు, మార్కెటింగ్ సౌకర్యాల గుర్చి (తాతకోనూలు పోగు), మరమగ్గాల బెడదతో కునారిల్లుతున్న చేనేత పరిశ్రమ (పులిమేక ఆట), ప్రపంచీకరణ ప్రభావంతో చేనేత రంగంలో సంక్షోభం (వలయం), సరైన ఋణాల సకాల సహాయంతో చేనేత కార్మికుని ముందడుగు (నేతగాడి స్వప్నం, ఋణానుబంధం), మార్కెటింగ్‌లో పక్కా ప్రణాళికతో చేనేత మహిళ ముందంజ (ఆదిశక్తి), వలసకార్మికుల ఇబ్బందులు (వలసపక్షులు) మొదలైన కథలు ఇందులో వున్నాయి. నా ప్రయత్నంలో ఎంతవరకు సఫలీకృతుడనయ్యానో మీరే చెప్పాల్సివుంది.

ఈ కథలను ప్రచురించి ప్రోత్సహించిన నవ్య, సాక్షి, వార్త, ఆంధ్రప్రభ, తెలుగువెలుగు మొదలైన పత్రికల సిబ్బంది, సంపాదకవర్గం, యాజమాన్యాలకు కృతజ్ఞలు. నా ప్రయత్నానికి వెన్నుతట్టి ప్రోత్సహించి, ఈ కథా సంపుటిని ప్రచురించిన 'నవచేతన పబ్లిషింగ్ హౌస్', హైదరాబాదు కార్యనిర్వాహక సంపాదకులు శ్రీ ఎన్.మధుకర్, శ్రీ భరత్, ఇతర సిబ్బందికీ, యాజమాన్యానికీ ఎంతో ఋణపడివున్నాను. శ్రీ వేదగిరి రాంబాబుగారికి, విపుల యాజమాన్యానికి, సిబ్బందికి కృతజ్ఞతలు. అడగగానే ముందుమాట రాయడానికి అంగీకరించిన శ్రీ పత్తిపాక మోహన్, సంపాదకులు, నేషనల్ బుక్ ట్రస్ట్, హైదరాబాదు వారికి ధన్యవాదాలు. ఇంకా మిత్రులు నూకా రాంప్రసాద్, తవ్వా ఓబులరెడ్డి, సజ్జా వెంకటేశ్వర్లు, రచయితలు సర్వశ్రీ వియోగి, టి.ఎస్.ఏ. కృష్ణమూర్తి, గన్నవరపు నరసింహమూర్తి, జిల్లెళ్ల బాలాజీ, పేరూరి బాలసుబ్రమణ్యం ప్రభృతులకు ధన్యవాదాలు.

ఈ కథా సంపుటి చదివి మీ సలహాలు, సూచనలు, అభిప్రాయాలు తెలియజేస్తే సంతోషిస్తాను.

రాచపూటి రమేష్

10/66, బెల్లంమండి వీధి
కడప - 516001
సెల్: 9866727042

‘చీకటి వెలుగులు’

‘కన్నీటి దారాలతో గుండెలను కలిపి కుట్టాలి’ అంటాడు కవి సాహిర్ లూధియాన్వి. భారతదేశంలో వ్యవసాయరంగం తర్వాత అతి ఎక్కువగా ప్రజలు ఆధారపడిన రంగం చేనేత రంగం. ప్రపంచంలోని అతి ప్రాచీనమైన వృత్తులలో చేనేత ఒకటి. ‘ప్రపంచానికి నాగరికత నేర్పింది, బట్టలు కట్టడం అలవాటు చేసిందీ మనమే! ఈ నాగరికత ఒక్కనాడే హఠాత్తుగా అబ్బింది కాదు. అల్లావుద్దీన్ అద్భుత దీపంలాగా ‘ఛూమంతర్’ అనగానే ప్రత్యక్షమయ్యేదీ కాదు. మానవ జీవన వికాస, విస్తార, పరిణామ, ప్రయోగదశల్లో జరిగే మార్పు. వికాసమే నాగరికత. ‘అది సమాజ పరిణామంతో పాటు అలవడిన విద్య’ అంటాడు సంగిశెట్టి శ్రీనివాస్. అవును మరి, పత్తిని పుట్టించింది మనమే. కళ్లల్లో ఒత్తులు వేసుకుని ఆ పత్తిని వడికి దారం చేసిందీ మనమే. ఆ దారాన్ని పడుగు, పేకలుగా మలిచి బట్టలు నేసిందీ మనమే. కానీ చిత్రమేమిటంటే ఆరుగాలం కష్టపడి పంట పండించిన రైతన్న, నడుముల మంటి గుంతలో దిగి నేత నేసిన నేతన్న నాలుగు మెతుకులు నోట్లోకి పోక ఆత్మహత్య చేసుకోవడం.

మొదటి మరణం తరువాత ఇంకొకటి లేదంటాడు డీలాన్ థామస్. నిజానికి నేతన్న, రైతన్న పొలంలోకి, గుంతలోకి అడుగు పెట్టిననాడే తొలి మరణశాసనం తమకు తామే లిఖించుకోవడం. ఇది ఏ ఒక్క ప్రాంతానికో పరిమితం కాలేదు. అంతటా అదే స్థితి. అందులోనూ ముఖ్యంగా అత్యధికసంఖ్యాకులు పనిచేస్తున్న రెండు ఉత్పాదక రంగాల్లో ఇలా సంక్షోభంలో కొట్టుమిట్టాడటాన్ని మించిన విషాదం మరొకటిలేదు. నాకు తెలిసి ఇటీవల నేను చదివిన, గమనించిన వాటిల్లో గమనించిన అంశం, ప్రపంచంలో అత్యధికంగా చేనేత వస్త్రాల్ని ఉత్పత్తి చేసే దేశం భారతదేశం. వ్యవసాయం తర్వాత మనం చెప్పుకున్నట్టు అతిపెద్ద ఉత్పాదక రంగం. ఆకాశాన్ని అందమైన వస్త్రంగా, అగ్గిపెట్టెలో ఒదిగే చీరెగా నేసే అద్భుత నైపుణ్యమున్న వృత్తికారులు చేనేత కార్మికులు. చేనేత లేని పండుగ, పబ్బం, పెళ్లి, పేరంటాలను ఊహించలేం. అది మన జీవితంలో మమేకంగా మారిన చేనేతల స్థానం.

‘కదురు, కవ్వం ఆడినచోట కరువు ఉండదు’ అని సామెత. ప్రాచీన కావ్యాల నుంచి, నేటి ఆధునిక రచయితల రచనలదాకా పరిశీలించి చూస్తే, ప్రతి సందర్భంలో

ఏదో ఒకచోట నేత గురించి, నేత కార్మికుల గురించి ప్రస్తావన చూస్తూనే ఉంటాం. స్వాతంత్ర్య సంగ్రామ సమయంలో కదురు, రాట్నాలు చేసిన పని మనకు తెలిసిందే. ఖద్దరు స్వాభిమానానికి చిహ్నంగా నిలిస్తే, రాట్నం యొక్క చరక చైతన్య దీప్తిగా భారతీయులను ముందుకు నడిపించాయి. మహాత్మాగాంధీ బ్రిటీష్ సామ్రాజ్యవాదానికి వ్యతిరేకంగా చరకా ఉద్యమాన్ని చేపట్టి చేతివృత్తుల రక్షణతోటే దేశం స్వయం సమృద్ధి చెందుతుందని అందుకు పిలుపునిచ్చారు. విదేశీ వస్తువుల బహిష్కరణలో భాగంగా ప్రధానంగా చేనేత వస్త్రాలకు ప్రోత్సాహాన్నిచ్చారు. కుల, మతాలకు అతీతంగా సాగిన ఈ మహోద్యమంలో దేశమంతా పాల్గొంది. విధిగా పత్తినుంచి నూలు తీసింది. రాట్నం వడికింది. ఇది భారత స్వరాజ్య సాధనకు తొలిమెట్టు అని సంగిశెట్టి శ్రీనివాస్ అన్నది అక్షరాల సత్యం. 1921 ప్రాంతంలో దేశంలో దాదాపు పదిహేడు లక్షల మగ్గాలు వస్త్రోత్పత్తి చేసేవి అంటే ఆశ్చర్యం కలుగకమానదు (పడుగు పేకలు, చేనేత కథలు).

యాంత్రిక విప్లవ ప్రభావం అన్ని రంగాల మీద పడ్డట్టే చేనేత రంగం మీద కూడా విపరీతమైన ప్రభావాన్ని చూపింది. మరమగ్గాలు, జెట్‌మగ్గాల వంటివి చేనేతమగ్గాల నడ్డిని విరిచేసాయి. వేలాదిమంది కార్మికులు రోడ్డున పడి బతుకుతెరువు లేక తల్లడంమల్లడం అయ్యారు. నేను పుట్టి పెరిగింది చేనేతల ఖిల్లా సిరిసిల్లలో. నేను పుట్టకముందు మా ఊరు మగ్గాలతో సస్యశ్యామలంగా ఉండేదట. కోట్లకు కోట్లు గడించకున్నా, కార్మికులు, ఆసాములు అందరూ రెండుపూటలా బువ్వ తిని బాగా బతికేవారట. 70వ దశకం తరువాత మా ఊళ్లోకి సాంచాలు (మరమగ్గాలు) అడుగుపెట్టాయి. బతుకుల్ని బాగు చేయాల్సిన యాంత్రీకరణ నెమ్మది నెమ్మదిగా సంక్షోభంలోకి నెట్టేసింది. అనివార్యంగా మరమగ్గాల వైపుకు మళ్ళిన నేత కార్మికుల్లో పనిలేకపోవడం వంటి వివిధ కారణాల వల్ల ఆకలి చావులు పెరిగాయి. ఇవాళ ప్రతిరోజు ఎక్కడో ఒక దగ్గర నేత కార్మికుడు ఆకలిచావుకు బలైపోతున్నాడన్నది నిజం. దీనికి తోడు మరికొంతమంది టి.బి. బారిన పడుతున్నారు. కారణాలు ఏమైనా, ఏవైనా మనకు అన్నం పెట్టే రైతన్న, మానం కాపాడే నేతన్నల బతుకులు చివికి పోవడం, పోగులకంటే బలహీనంగా చిక్కుపడటాన్ని చూసి ఏడ్వకుండా ఉండలేను, కారణం చేనేత ఖిల్లా సిరిసిల్ల నుంచి వచ్చిన వాన్ని. ఆ వృత్తి నేపథ్యంగా ఎదిగిన వాన్ని.

* * *

రైతుల మీద, నేతన్నల మీద, సబ్బండ వృత్తుల మీద ఎన్నో కథలు, కవితలు, సంపుటులు, సంకలనాలు వచ్చాయి. అందులో చేనేతలకు సంబంధించి వృత్తిని చిత్రించిన

వాటిలో లోకా మలహరి సిద్ధాంతాచార్య రాసిన 'సంగం' (1955), డా॥ పోరంకి దక్షిణామూర్తి రాసిన 'ముత్యాల పందిరి' (1964), వనం నర్సింహారావు రాసిన 'జరీపూలు' (1984), కాలువ మల్లయ్య రాసిన 'గువ్వలచెన్న' (2005), మంథా భానుమతి రాసిన 'అగ్గిపెట్టెలో అరుగజాలు' (2015) నవలలు పద్మశాలీలను, నేత వృత్తిని చిత్రించాయి. సుప్రసిద్ధ కథకులు శ్రీపాద సుబ్రహ్మణ్యశాస్త్రిగారి 'పుల్లంపేట జరీచీర' కథ మనకు తెలిసిందే. వీళ్ళే కాకుండా కవిసమ్రాట్ విశ్వనాథ మొదలుకొని మహాకవి డా॥సి.నారాయణరెడ్డి దాకా చేనేత వృత్తిని తమ రచనల్లో ప్రస్తావించారు. విశ్వనాథ వారి 'సముద్రపు దిబ్బ' నవలలో చేనేతల ప్రస్తావన కనిపిస్తుంది. ఉన్నవ వారి 'మాలపల్లి'లో సంగదాసు చేనేత కార్మికుడు. నారాయణరెడ్డిగారి 'పొట్టచేత బట్టుకుని బొంబాయికి బతకబాయె, ఎట్ల ఉన్నడో... కొడుకు ఏమి దిన్నడో" అన్న పాట పొట్టచేత పట్టుకుని బంబాయి బీవండి దారులవెంట వలస ప్రస్థానం చేస్తున్న నేత కార్మికుల స్థితిగతులకు అద్దం పడుతుంది. సి.వి.సుబ్బన్న శతావధాని, డా.ఎన్. గోపి, జూకంటి జగన్నాథం, ప్రసాదమూర్తి, దూడం నాంపల్లి, జి.రాములు, బి.ఎస్.రాములు, ఆడెపు లక్ష్మీపతి, సజ్జా వెంకటేశ్వర్లు, శీలా వీర్రాజు, రాధేయ వంటి ప్రసిద్ధులు తమ రచనల్లో నిజ జీవితాన్ని చిత్రించారు. రైతులతో పాటు నేతన్నల బతుకులపైన కూడా దీర్ఘకవితలు, కావ్యాలు వెలువడ్డాయి. "పద్మశాలి వృత్తిని కవిత్వం చేసిన మొదటి దీర్ఘకవిత డా॥ పత్తిపాక మోహన్ రాసిన 'తెగినపోగు' (2001), తరువాత డా॥ ఉమ్మడిశెట్టి రాధేయ రాసిన 'మగ్గం బతుకు' (2006), టి.రాజారాం రాసిన 'అతడే' వంటివి వెలువడ్డాయి." (డా॥ వెల్దండి శ్రీధర్, పడుగు పేకలు చేనేత కథలు ముందుమాట). వీటికితోడుగా ఈ నేపథ్యంలో ఇటీవల మేడికుర్తి ఓబులేసు, వెల్దండి శ్రీధర్, సంగిశెట్టి శ్రీనివాస్‌లు సంకలనం చేసి ప్రచురించిన అరవై చేనేత కథల సంపుటి 'పడుగు పేకలు' నేత వృత్తిని సమగ్రంగా చిత్రించిన రచయితల సంకలనంగా పేర్కొనవచ్చు.

ఈ సంకలనంలో స్థానం సంపాదించుకున్న రచయితల్లో ఈ కథా సంపుటి రచయిత రాచపూటి రమేష్ ఒకరు. చిత్తూరు జిల్లా తిరుపతిలో పుట్టిన రాచపూటి రమేష్ 25 సంవత్సరాలుగా కథలు రాస్తున్నారు. 'గాలి గోపురం', 'అందమైన అబద్ధం', 'నిర్ణయం', 'వలయం', 'రాగాల రహస్యం' వంటి ఐదు కథా సంపుటాలను తెచ్చారు. వృత్తిరీత్యా చేనేత, జౌళి శాఖలో అభివృద్ధి అధికారిగా ఉద్యోగం చేస్తున్న రమేష్‌కు నేత కార్మికులకు వాళ్ళ జీవితాలతో సన్నిహిత సంబంధ బాంధవ్యాలు ఉన్నాయి. ప్రతిరోజు వారి సాధక బాధకాల్ని చూస్తున్న వాళ్ళలో ఆయన ఒకరు. తను చూసిన దానిని కథనం చేసిన

రమేష్ ఇవాళ ఏకంగా చేనేతల బతుకు నేపథ్యంగా వచ్చిన కథలను "నెమలికన్ను చీర" పేరుతో కథల సంకలనంగా తెస్తున్నారు.

రచయిత రమేష్ ప్రత్యక్షంగా వృత్తికి చెందకున్నా ప్రతిక్షణం చేనేత వృత్తికారులను చూస్తున్న వారు. ఆ పరిశీలన ఒక్కో అంశాన్ని ఒక్కో సజీవ డాక్యుమెంట్‌లాగ రాయించింది. అది ఆంధ్ర, తెలంగాణ, రాయలసీమ, మరోటి.. మరోటి... ఏదైనా కావచ్చు. వృత్తులన్నీ కూలబడిపోయి బతుకులు చతికిలపడ్డాయన్నది నిజం. అనేక కారణాల వల్ల ఇవాళ్ళ పల్లె పట్నానికి వలస పోయింది. ప్రపంచ బ్యాంకు చూపులకు, డాంబరు రోడ్డు తొక్కిన తొక్కుడుకు, ప్రపంచీకరణ పర్యవసానానికి వృద్ధాశ్రమంగా మారిపోయింది. ఇవన్నీ ఈ కథల్లో ప్రత్యక్షంగా మనకు కనిపిస్తాయి.

ఇందులోని కథలన్నీ నేతకార్మికుల జీవిత చిత్రాలను దాటి వెళ్ళలేదు. చెప్పొచ్చో.... చెప్పకూడదో తెలియదుకానీ ఊహలకు, కల్పనలకు ఎక్కడా రచయిత తన రచనలో స్థానాన్ని కల్పించలేదు. తొలికథ 'నెమలి కన్నుచీర' కథ నేత బతుకుల వలసల్ని, వలసల వల్ల ఛిన్నాభిన్నమైన జీవితాల్ని తెలియజేసే అక్షర డాక్యుమెంట్. ఉన్న ఊరిలో నమ్మిన వృత్తి పట్టెడన్నం పెట్టకపోగా ఉన్న ఊరినుంచి మదనపల్లె పట్టుమగ్గాల నేతకు వలస వెళ్ళిన నేతకార్మికుడు నారాయణ కథ ఇది. నిజానికి ఇక్కడ రమేశ్ నారాయణ పేరు పెట్టాడు కానీ బొంబాయి, బీవండి, సూరత్, అహ్మద్‌నగర్, ఇచ్చల్‌కరంజి, జాల్నా వంటి అనేక ప్రాంతాలకు వలసవెళ్ళిన ఎంతోమంది నారాయణల కథ ఇది. ఇందులోని నారాయణ, ఆయన కొడుకు నేతకే అంకితం కావడం, చివరికి ఆశావహంగా నారాయణ నేతకు జాతీయ పురస్కారం రావడం వంటివి రచయిత ఇందులో చూపిస్తాడు. అనుకుంటాం కానీ చాలా విషయాలు చదివేందుకు మాత్రమూ బాగుంటాయి. నిజజీవితంలో పెద్దగా జరగవు. రచయితకు నేత వృత్తిమీద, వారి అద్భుతమైన పనిమీద ఉన్న గౌరవం వల్ల నారాయణ నేతకు ఏకంగా జాతీయ స్థాయిలో గుర్తింపును తీసుకువచ్చి కథను ముగించడం ఆయనకు వృత్తిమీద ఉన్న అపారమైన ప్రేమ, తాను చేస్తున్న ఉద్యోగం మీద ఉన్న మిక్కిలి గౌరవమే కారణం. 'వలస పక్షులు' కథ కూడా ఇలాంటిదే. ఇది ఉన్న ఊరిని వదిలి పొట్ట చేతపట్టుకుని వలస పోయిన మరో నేత కార్మికుడి కథ ఇది. ఆర్థికంగా ఎదుగుదల కనిపించినా పట్నం దాని రంగురంగుల వలయాలు, వాటికి చిక్కి ఛిన్నాభిన్నమైన జీవితాలు ఇందులో చూడవచ్చు. 'పడుగు పేకలు' సంకలనంలో, ఇందులోనూ ఉన్న కథ 'తాతకో నూలుపోగు' కథ. రాయలసీమలోని నేత కార్మికుల స్థితిగతులతో పాటు పవర్‌లూమ్‌లు వచ్చిన తర్వాత చేతిమగ్గాలకు తగ్గిన డిమాండును

ముఖ్యంగా నేత కార్మికుల బతుకు చిత్రాలను చూపిస్తుంది. వీటన్నింటిని రచయితలాగే నేనూ నా నాలుగున్నర దశాబ్దాల జీవితంలో చూసినవాడిగా, రచయిత రమేష్ ఎక్కడా కూడా కల్పించి రాసినట్టు కనిపించదు. నామటుకు నాకు ఇది పరకాయ ప్రవేశ విద్య తెలిసిన వారికి మాత్రమే సాధ్యమేమో అనిపిస్తుంది. ఆ వృత్తినుంచి వచ్చిన వాడిని కనుక ఇటువంటి పాత్రల్ని, జీవితాల్ని ఎన్నో చూసిన వాడిని కనుక నాకు తెలుసు.

రాచపూటి రమేష్ తన వృత్తిరీత్యా పరిశీలించిన ప్రతి అంశాల్ని తన కథలో ఎక్కడో ఒకచోట పొందుపరిచే ప్రయత్నం చేసాడు. నేత కార్మికుల జీవితాల్లో మగ్గం గుంతలతో పాటు రంగులు రసాయనాల స్థానం తెలిసిందే. పర్యావరణం, గాలి, భూమి, నీరు ఎలా కలుషితమై పోతాయో చెప్పే కథ 'కాలకూటం'. నాటకీయంగా సాగే ఈ కథ సమస్యను, పరిష్కారాన్ని చూపేదిగా ఉంటుంది.

రచయిత తన కథా నేపథ్యాన్నంతా తాను పుట్టిపెరిగిన, నివసిస్తున్న 'సీమ' భాష యాసలో నడిపిస్తాడు. ఇది కథలకు జీవగుణాన్ని ఇచ్చింది. సజీవ సంస్కృతిని చూపిస్తున్న క్రమంలో అందుకు చక్కని భూమికను కల్పించింది. ప్రతి సామాజిక వర్గానికి ఒక తనదైన సాంకేతిక భాష, పరిభాష ఉంటుంది. కొన్నిసార్లు అది ఆ సామాజిక వర్గానికి మాత్రమే అర్థమవుతుంది. ఇందులో కూడా రచయిత రేషం (సిల్కు నూలు), జరీ, సప్పూర, కలర్ ఫ్యాక్ట్రీ (డైయింగ్) వంటి నేత వృత్తికి చెందిన పదాలను సందర్భానుసారంగా వాడతాడు, ప్రాంతోచితమైన భాష రచయిత ఔచిత్యానికి నిదర్శనం.

మనం దగ్గరగా వెళ్ళి 'కౌంట్ గ్లాస్' (పడుగు, పేకలను లెక్కించే దుర్భిణి) పెట్టుకుని చూస్తే కానీ అర్థం చేసుకోలేని వలయాల మధ్య చిక్కుకున్న బతుకులు నేత కార్మికులవి. నూలు ధర, వాతావరణం మొదలుకొని అమాయకులైన నేతన్నలను మాయచేసి బోర్డులు తిప్పేసే దళారుల వరకు ప్రతి ఒక్కరూ కబళించే వారే. 'వలయం' కథ దళారులను నమ్మి మోసపోయిన కార్మికుని స్థితిని తెలిపితే, 'అసుర సంధ్య' అడ్వాన్సులు తీసుకుని ఆసాముల కబంధ హస్తాల్లో చిక్కి ఎలా బలైపోతున్నారో- ప్రత్యక్షంగా చూపించే కథ. పేరుకు నేత కార్మికులే అయినా బానిసలకంటే అధ్వాన్నంగా గడుపుతున్న జీవితాలను ఈ కథ చూపిస్తుంది.

కథల్లోని వస్తువు నేతన్నల జీవితాల వారి స్థితిగతులకు సంబంధించినదైనా సందర్భవశంగా రాయలసీమ ప్రాంతాన్ని గురించి, అక్కడి చారిత్రక విశేషాలు, ఆ ప్రాంతంలోని ధర్మవరం మొదలుకుని నేతకార్మికుల పనితనానికి, 'జండా'గా నిలిచిన ఎన్నో అంశాల్ని, ప్రాంతాల్ని ప్రస్తావిస్తాడు. అలా విశేషంగా చర్చించి నేతన్నల బతుకు

చిత్రానికి అద్దంపట్టిన మంచి కథ 'అవశేషం'. చరిత్రకారులైన ప్రొఫెసర్ రంగరాజు, అసిస్టెంట్ డైరెక్టర్ వాణీలు ఉద్యోగరీత్యా సిద్ధవటం కోటకు వచ్చి చూస్తారు. తిరుగు ప్రయాణంలో తమ వాళ్ళకోసం మాధవరం నేత కార్మికుల వద్ద చీరెలు కొంటారు. తిరిగి ఢిల్లీ వెళ్ళాక చీఫ్ సెక్రటరీకి తమ పర్యటనకు సంబంధించిన రిపోర్టు ఇస్తూ రంగరాజు మాధవరంలోని నేత కార్మికుల గురించి కూడా తెలుపుతాడు. వాళ్ళను గురించి ప్రస్తావిస్తూ ప్రస్తుత పరిస్థితుల్లో వృత్తిమారి వేరే పనిని చేయకుండా ఇంకా మగ్గాలనే నమ్ముకుని బతకడం, నేతనేయడం వృథా అని చెపుతున్న సందర్భంలో రచయిత రమేష్ వాణి పాత్ర ద్వారా పలికించిన మాటలు అందరిని ఆలోచింపజేస్తాయి. ఇవి వాణి ద్వారా చెప్పించినా రచయిత రమేశ్ పరిశీలనా శక్తికి, పరిణతికి నిదర్శనంగా నిలుస్థాయి. వేలయేండ్ల కిందటి చలనంలేని రాళ్ళు, గోడలు, ఉందో లేదో తెలియని కలివికోడి గురించి ఇంతగా ఆలోచించి బుర్రలు బద్దలు కొట్టుకుని, కోట్లాది రూపాయలు వెచ్చించేందుకు ఆలోచించే వీళ్ళు సజీవంగా ఉండి ఇంకా తాతలనాటి వృత్తిని కాపాడుకునే క్రమంలో తండ్లాడుతున్న వీళ్ళపట్ల ఎందుకని ఆలోచించడంలేదంటూ ఆవేదన చెందుతుంది వాణి. ఇదే పాత్ర ద్వారా 'మగ్గం మీద తయారయ్యే చీర తల్లిపాల వంటిదైతే, మిల్లులు ఇతరత్రా తయారయ్యే చీరలు పోతపాలవంటివని నా అభిప్రాయం' అంటూ పలికించిన మరోమాట కూడా ఆలోచింపజేసేదిగా ఉండటమే కాక, ఆయనకు ఆ వృత్తిపైనగల అభిమానాన్ని తెలుపుతాయి.

ప్రతి కథలో ఎక్కడో ఒకచోట రచయిత రమేష్ 'మరమగ్గాలు' దాని పర్యవసానాలు చర్చించకుండా ఉండలేదు. కొన్నిచోట్ల సమస్యలతో పాటు పరిష్కారాలను సూచించాడు. రమేష్ కథల్లోని పాత్రలన్ని ఒకే రకంగా కనిపించినా ఒక్కో పాత్రది ఒక్కో మానసిక స్థితి. ఒక్కో సంఘర్షణ. ఒకరిది నాలుగువేళ్ళు నోట్లోకి పోని పరిస్థితి అయితే, మరొకరిది పెరుగుతున్న ఆడపిల్లల పెళ్ళిళ్ళు, పేరంటాలు వంటివి చేసి, చదువులు, ఇతరత్రా ఖర్చులు మొదలగువాటివల్ల గుర్తుకు తెచ్చే స్థితి. అప్పుల్లో కూరుకుపోయి ఒకరు, అనారోగ్యానికి బలైపోయి ఒకరు. ఇట్లా విభిన్న రకాల మానసిక ప్రవృత్తులతో పాటు బాధలను, గాథలను చూపిస్తాయి. మనోవైజ్ఞానిక నేపథ్యంలో ఈ కథలను, పాత్రలను పరిశీలిస్తే ఆయా పాత్రల మానసిక స్థితులు, అందుకు దారితీసిన పరిస్థితులు, సమాజం, రాజ్యం వంటి వాటి నిర్లక్ష్యం, వృత్తులకు వృత్తులు కూలిపోయి 'హరేకమాల్' కింద పనిముట్లు కుప్పలకు కుప్పలకు అమ్ముడుపోవడం వంటివి తెలుస్తాయి. చేనేతకు బదులు మరమగ్గాల మీద బట్టను ఉత్పత్తి చేయడం, చివరకు లక్షలాది రూపాయల సరుకు అమ్ముడవకపోగా చివరకు

మరమగ్గాలను తూకానికి అమ్మి చేనేతవైపుకు మరలడం కూడా ఇందులోని కథల్లో చూస్తాం. రచయిత చేనేత జౌళిశాఖలో అభివృద్ధి అధికారిగా ఉండడంతో నేత కార్మికుల స్థితిగతులతో పాటు వాళ్ళకోసం కేంద్ర, రాష్ట్ర ప్రభుత్వాలు పెట్టిన పథకాలు, బ్యాంకుల్లో వాళ్ళకు గల సౌకర్యాలను కూడా తెలుపుతాడు. 'ముద్ర', నేత రుణం వంటి వాటిని పరిచయం చేయడం అందుకు నిదర్శనం.

ఈ "నెమలికన్ను చీర, ఇతర చేనేత కథలు" కథలు కేవలం నేత కార్మికుల ఆర్థిక సామాజిక స్థితిగతులు, వాటిలో కూరుకుపోయిన వారి జీవితాలను చిత్రించడం వరకే పరిమితం కాలేదు. వాళ్ళ జీవితాల్లో పెనవేసుకున్న ఎన్నో అంశాలను చూపిస్తాయి. 'మల్లన్న పాగా' కథ పాఠకులకు చాలా సాధారణమైందిగా కనిపిస్తుంది. కానీ దాని వెనుక ముడిపడి ఉన్న నమ్మకం, తండ్రి మొక్కు వంటివి వాళ్ళ జీవితాల్లో పెనవేసుకుపోయిన నమ్మకాలను, వాటి పునాదుల మీదే జీవితాల్ని గడుపుతున్న తీరును చూపిస్తుంది.

వేలాది సంవత్సరాలుగా ఈ నేలకు, ఈ మట్టికి, ఇక్కడి సంస్కృతికి, సంప్రదాయానికి పర్యాయంగా నిలిచిన ఒక మహోన్నతమైన సంస్కృతి రోజురోజుకూ జరుగుతున్న యాంత్రీకరణ నేపథ్యంలో అవశేషంగా మారిపోవడం అత్యంత విషాదం. అది గుర్తుకువస్తే కలవరపడకుండా ఉండలేం. అందుకు ప్రభుత్వాలు ప్రతియేడు విడుదల చేస్తున్న గణాంకాలు, వాటిలో రోజురోజుకు తగ్గిపోతున్న చేతిమగ్గాలు, ఇతర వృత్తుల పనిముట్ల సంఖ్య కనిపిస్తుంది. ఇది నిజంగా విషాదమే. ఈ నేపథ్యంలో రచయిత రాచపూటి రమేష్ తన కథల్లో నేత బతుకుల జీవితాల్నే కథనం చేయడం, అందులోని చీకటి వెలుగుల్ని ఉన్నది ఉన్నట్లుగా, చూసింది చూసినట్లుగా చెప్పడం ఈ కథల్లో కనిపిస్తుంది. ఇలాగైనా ఈ కథలు మరోసారి నేత కార్మికుల గురించి విశేషంగా చేతివృత్తికారుల గురించి ఆలోచించే అవకాశాన్ని, సమయ సందర్భాల్ని కలిగిస్తుందని, కలిగించాలని నా ఆశ.

ప్రచురించిన నవచేతన పబ్లిషింగ్ హౌస్ వారికి, రమేష్ గారూ మీకూ నా 'అలాయ్... బలాయ్....'

డా॥ పత్తిపాక మోహన్
సహాయ సంపాదకుడు, నేషనల్ బుక్ ట్రస్ట్
మానవ వనరుల అభివృద్ధి మంత్రిత్వశాఖ
భారత ప్రభుత్వం

విషయసూచిక

నెమలికన్ను చీర

"కకూన్ మార్కెట్ కాడ రేషం (సిల్క్‌నూలు) రేట్లు చూస్తే తలకాయ తిరగతా ఉండాది. మొన్న వినాయక చవితికి కేజీ మూడువేలుంది. ఈ దీపావళికంతా మూడున్నరవేలైపాయె. మా మగ్గాల ఆసామి ఈ రేట్లు చూసి లబలబలాడతా మగ్గాల షెడ్డు ఎత్తేసి చెనిక్కాయలమ్ముకునేది మేలంటాడు." గసబోసుకుంటూ వీధిలోంచి ఇంట్లోకొచ్చిన సుధాకర అక్కడే ఉన్న మరోనేతగాడు రెడ్డెప్పను చూసి అన్నాడు.

"ఇంకా జరీ, సప్పురీ, కలర్ ఫ్యాక్ట్రీ (డయింగ్) కర్సులు కలుపుకుంటే సుమారుగా అయితాది. ఇంకీ రేట్లు భరాయిస్తా కూలీలెట్లా పెంచతారు ఆసాములు? అరాకొరా కూలీలతో ఇంత టౌన్లో ఈ బాడిగలు కట్టుకుంటా ఎట్టా బతకాల? ఏం తినాల? బాడిగలేమో ఏటా అయిదైదు నూర్లు పెంచతా ఉండారు. ఈ నీరుగట్టుపల్లెలో కుంట జాగా రేట్లు ఆకాశంలో ఉండాయి. మామూలు మగ్గమోడు ఈడ జాగా కొని ఇల్లు కట్టేది కల్లోనే. అయినా సుధా, నీకీ బాదలేదులే అప్పుచేసో, అగసాట్లు పడో మీ నాయన మూడు కుంటలు జాగా కొనిపెట్టేసే, ఆడొక రెండు గదులేసుకొనేస్తే, సల్లంగా బతుక్కోవచ్చు" అన్నాడు రెడ్డెప్ప తాపీగా.

"ఏమి జాగాలేన్నా, ఆడ గునాతాలు (పునాది) ఏసేదానికీ సిమెంటూ, కడ్డీ కర్సుల కోసమే మా అన్న శంకర మార్వాడీ సేట్ల కాడ మూడు రూపాయల వడ్డీకి లక్షరూపాయల దాకా అప్పు తెచ్చేగదా. అది తీర్చే దారి లేక, వడ్డీలు కట్టలేక సేట్ల వురి భాదలు పడలేక వార్నీసు తాగి సచ్చిపూడ్సిండు. మొండి గోడలతో ఆ ఇల్లట్నే నిలిచిపోయె. ముప్పై ఏళ్లుగా మగ్గం నేస్తావుండినా మా నాయకు గజనేతగాడనే పేరొచ్చింది గానీ, నిండా ఆయన పదేలు కూడా మిగిలీలే" బాధగా చెప్పాడు సుధాకర.

"ఔనురే మగ్గమోడు ఆత్మహత్య చేసుకుంటే గవర్మెంటోళ్లు పరిహారమదీ ఇస్తారుగదా. మీ అన్న సావుకు రాలేదా ?" ఆసక్తిగా అడిగాడు రెడ్డెప్ప.

"ఏడన్నా! ఆ అన్న చేసిన అప్పులకి పత్రాలన్నీ ఉండాయి కానీ తను పోయినంక పోలీస్ రిపోర్టీలే. శవాన్ని పోట్టుమారటం చేయించి ఆ రిపోర్టు, పోలీసు కంప్లయింటు కాపీలూ పెడితేనే అధికార్లు చేనేత కార్మికుడు ఆత్మహత్య చేసుకున్నాడని ఒప్పుకోని యాభైవేల

రూపాయల వరకు అప్పు తీర్చి, లక్ష రూపాయలు చేతికిస్తారంట" వగురుస్తూ అన్నాడు సుధాకర.

"మీ అన్న దాటుకున్నాక, ఆ సేట్లు గమ్మనుండారా?"

"వాళ్లేటికి గమ్మనుంటారు? పది దినాలకంతా వచ్చేసి ఆ పత్రాలన్నీ మా నాయన పేరుతో మార్పిచ్చేసి, ఆయన సంతకాలు తీసుకోని పూడ్సినారు. ఇంక మా అన్న చేసిన అప్పులన్నీ గజనేతగాడు మా నాయనే తీర్చాల" రోజంతా మగ్గం నేసొచ్చి అలసటగా పడుకుని ఉన్న తండ్రి నారాయణ వంక వ్యంగ్యంగా చూస్తూ అన్నాడు సుధాకర.

బాధగా నిట్టూర్చాడు నారాయణ. పెద్దకొడుకు పోయి రెండు నెలలు కూడా కాలేదు. నెలనెలా సేట్లకు వడ్డీ కడుతూనే ఉన్నాడు. పెద్దకోడలు అరుణ. ఆమె కూతురు నాలుగేళ్ల సంధ్య తమతోనే ఉంటున్నారు. ఇంటరు చదివిన అరుణ, ప్రైవేటు బళ్లో టీచరుగా పనిచేస్తూ నెలకు ఓ వెయ్యి రూపాయలు సంపాదిస్తోంది. అయినా ఖర్చులకు లోటే. ఇక కొడుకు మొదలుపెట్టిన ఇల్లు మొండిగోడలతో తనను వెక్కిరిస్తూనే ఉంది. ముప్పై ఏళ్ల రెక్కలు ముక్కలు చేసుకుని గజనేతగాడనే పేరైతే తెచ్చుకొన్నాడు కానీ దాంతో ఒరిగిందేమీలేదు. అప్పటికీ, ఇప్పటికీ కూలీలు అంతంతమాత్రంగానే ఉన్నాయి. తాను నైపుణ్యంతో అల్లిన సుమాంజలీ, బ్రోకేడు లాంటి పట్టుచీరల్ని లాభాలకు అమ్ముకుని మేడలు, మిద్దెలు కట్టారు ఆసాములు. తనలాంటి నేతగాళ్లు మాత్రం ఎక్కడ వేసిన గొంగళి అక్కడే అన్నట్లు ఉన్నారు. ఈ పరిస్థితి ఎప్పటికి మారుతుందో? అనుకున్నాడు నారాయణ మనసులో...

* * *

మదనపల్లె పట్టుమగ్గాల ఆసాములు కూలీ సొమ్ములు బాగా ఇస్తారని విని, ముప్పై ఏళ్ల కిందట కోన గ్రామం నుంచి కుటుంబంతో సహా వలసొచ్చాడు నారాయణ. పట్టణం శివార్లలోని నీరుగట్టుపల్లెలో అయిదువందలకు ఇల్లు తీసుకుని, ఓ ఆసామి దగ్గర మగ్గం పనిలో కుదురుకున్నాడు. రెండు రోజులకో చీర నేసినా నాలుగువందలు కూలీ దక్కేది.

ఆసామి ఇంటి పక్కనే మగ్గాల షెడ్డు ఉంది. పొద్దున ఆరింటికల్లా సద్ది తిని మగ్గంగుంటలో దిగేవాడు. తొందర్లోనే పోగులు సరిచేయడం, బుటాలు కూర్చడం, జకార్డు అట్టల అమరికతో అందమైన డిజైన్లు నేయడం, కళాత్మకంగా అంచుల తయారీ వంటి మెలకువలు నేర్చుకుని మదనపల్లె ఇలాకాలో గజనేతగాడుగా పేరుపొందాడు.

పెద్దకొడుకు శంకర పదిహేడేళ్లకే మగ్గం పనిలో దిగాడు. రెండో కొడుకు సుధాకరను బాగా చదివించి ఏ ఉద్యోగంలోనో పెట్టాలనుకున్నాడు నారాయణ. కానీ ఇల్లు కట్టేదానికి డబ్బుకోసం అన్న నానా అగచాట్లు పడటం చూసి, సుధాకరే చదువు మానేసి మగ్గం

పనిలో దిగాడు. నారాయణ భార్య శాంతమ్మ కూడా రోజూ నాలుగైదు గంటలు మగ్గం నేసేది. కానీ ఆ పనిలో ఎప్పుడూ జతగా ఉండే దుమ్మూ ధూళీ సోకి ఉబ్బసం వ్యాధితో మరణించిందామె. ఆమె ఆసుపత్రి ఖర్చులకూ తడిసి మోపెడైంది నారాయణకు. ఇరవై ఏళ్లుగా ఏ దురలవాట్లు లేకుండా కూలీ డబ్బును సంసారానికి మితంగా వాడుకుంటూ, కొంత బ్యాంకులో దాస్తూ వచ్చాడు. ఆ డబ్బుతోపాటు ఆసాముల దగ్గర అప్పుచేసి తెచ్చిన సొమ్ము పెట్టి కుంట పాతికవేల లెక్కన మూడు కుంటల జాగా కొన్నాడు. ప్రభుత్వం చేనేత కార్మికులకు కొన్నిచోట్ల జాగాలిచ్చినా, పలుకుబడి ఉండేటోళ్లు వాటిని ఎగరేసుకుని పోయినారు. నారాయణకు స్థలం దక్కలేదు. రెండేళ్లు రెక్కలు ముక్కలు చేసుకుని ఇంటి జాగాకోసం చేసిన అప్పు వడ్డీతో సహా తీర్చగలిగాడు నారాయణ. కానీ ఆ జాగాలో కొడుకు మొదలుపెట్టిన ఇంటిని మాత్రం పూర్తి చేయలేకపోయాడు.

* * *

"చూడప్పా నారాయణా, చుట్టుపక్కల నాలుగు మండలాల్లో నిన్ను మించిన నేతగాడు లేడంటారు. నువ్వు బాధల్లో ఉన్నావు. అందుకే నేన్నీకో మంచి అవకాశమిస్తా ఉండా. ఉపయోగించుకో" అన్నాడు మగ్గాల తనిఖీకి వచ్చిన చేనేతశాఖ అధికారి రాజేష్, నారాయణతో. "ఏంది సార్ అది?" ఉదాసీనంగా అడిగాడు నారాయణ.

"సంత్‌కబీర్ అవార్డనీ ఒకటుండాదిలే. చేనేత కళాకారులకు ఏటా కేంద్ర ప్రభుత్వం ఇస్తుంది. నువ్వా పోటీకి జిగేల్‌మనే పట్టుచీరొకటి తయారుచెయ్యాల. దాన్ని పోటీకి పంపే పని నేను చూసుకుంటా. ఫొటో, వివరాలిస్తే దరఖాస్తు రాసి ఢిల్లీకి పంపిస్తా."

"ఈ అవార్డులన్నీ మాకేటికొస్తాయి సార్? పోటీకీ, సొంత వాడకానికంటే ఆసామీ రేషం, జరీ, వార్పూ అదీ ఈడు. మనమే సొంతంగా తెచ్చుకోవల్ల దానికో రెండు, మూడు వేలు ఖర్చు. పోటీకంటే మనసు పెట్టి ఓర్పుగా మంచి చీర నేయాలి కదా. దానికి కూలీ డబ్బులు రావు. ఈ భైసాట్లన్నీ నాకేటికి?"

"నువ్వట్టంటా ఉండావుగానీ, ఆ అవార్డుగానీ వచ్చిందనుకో. రాష్ట్రపతి సన్మానం, ప్రశంసాపత్రం, లక్షన్నర డబ్బులు దక్కుతాయి ఆలోచించుకో".

నారాయణ ముఖం విప్పారింది. 'ఈ కరువు కాలంలో ఒకటిన్నర లక్షంటే సామాన్యమా? ఇంటి కర్చులకు వచ్చినా వస్తది' అనుకున్నాడు. "సరే సార్" మీరు చెప్పినట్టే మంచి చీర తయారుచేస్తా" అన్నాడు.

"సరే, పోటీకి ఇంకో వారం రోజులే టైం ఉంది. వచ్చే వారం మళ్లీ నేను పనిమీద మదనపల్లె రావాలి. అప్పటికి నాకు చీర ఇవ్వాల" చెప్పేసి వెళ్లిపోయాడు రాజేష్.

నారాయణ మనసంతా ఆ అవార్డు మీదే ఉండిపోయింది. ఎలాగైనా నాణ్యమైన చీర తయారు చేయాలనుకున్నాడు. ఇంతకు మునుపోసారి తను నేసిన నెమలికన్ను చీర చూసి ఆసాములు, తోటి నేతగాళ్లు తెగ పొగిడేశారు. అలాంటి చీరకే మరిన్ని హోయలద్ది పోటీకి పంపాలనుకున్నాడు. ఆదా చేసిన డబ్బులో మూడువేలు పెట్టి పడుగూ, పేక, జరీ కొన్నాడు. మగ్గాల షెడ్డులో ఓ మగ్గం గుంత ఖాళీగానే ఉంది. దాంట్లోకి నేత ఎక్కించాడు. రోజూ ఉండే తన మామూలు పనికి అదనంగా రెండు, మూడు గంటలు కష్టపడుతూ నెమలికన్ను చీర నేయడం ప్రారంభించాడు.

రెండేళ్ల కిందట భార్య నగలు కొన్ని అమ్మి, మరికొంత అప్పుచేసి ములకల చెరువులో మగ్గం నేసుకునే హరితో తన కూతురు చౌడమ్మ పెళ్లి చేశాడు నారాయణ. ఆ తర్వాత కొన్నాళ్లకు కొత్తకోట చేనేత కుటుంబానికి చెందిన బాలమ్మతో సుధాకర పెళ్లి అన్న శంకరం జరిపించాడు. ఆ రోజు మగ్గం నేసి ఇంటికొచ్చిన సుధాకర, తండ్రి కనిపించకపోవడంతో "ఏమ్మే, బాలా, నాయనీమద్దె తెల్లార్తే ఎలబారిపోయి రాత్రి పదిగంట్లకు కానీ ఇల్లు చేరడంలే. తాగుడేమైనా మరిగినాడా?" అన్నాడు.

"మీ నాయన ఏదో అవాడ్డు రావాల్ని పట్టుచీర పెసలుగా నేస్తా ఉండాడంట. అందుకే పనైపోయినంక కూడా ఆడనే ఉండి నేస్తానే ఉన్నాడంట. మొన్న రెడ్డెప్పన్న చెప్పినాడు" అంది బాలమ్మ నవ్వు ముఖంతో.

రాత్రి తొమ్మిదిన్నర దాటింది. అప్పుడే వచ్చిన తండ్రిని ఈసడింపుగా చూశాడు సుధాకర.

"నాయనా, నీ పనేందో నువ్వు చూసుకోకుండా ఇయన్నీ ఏల నెత్తినేసుకొనేది? ఆ అవార్డులు, గివార్డులు అన్నీ మనలాంటోళ్ళకొస్తాయా, ఛస్తాయా? ఆ ఇంటి పనేదో చూస్తామనిలే. మొన్న పాప కోసం వాళ్లమ్మ గంజి ఎత్తిపెట్టుంటే, ఆడ నాకు అల్లు పట్టేదానికి కావాలని ఎత్తుకుని పోయినావంట. గంజికి గతిలేనమ్మకి పాయసం దక్కుతాదా?" వెటకారంగా కొడుకు అన్న మాటలు, రోజంతా మగ్గం నేసి అలసిపోయిన దేహంతో ఇల్లు చేరిన నారాయణ మనసుకు ములుకుల్లా తాకాయి.

* * *

నారాయణ బలంగా అణ తొక్కాడు. కాళ్లూ చేతులన్నింటినీ నిరంతరం ఉపయోగిస్తూ చేయాలి మగ్గం పని. అణ తొక్కడం, చేత్తో మగ్గం వాటు వేయడం, పోగులు, దోనె సరిచేయడం వంటివాటిని ఏకాగ్రతతో చేస్తూండాలి. ఏ పొరపాటు జరిగినా చీర అల్లిక పాడవుతుంది. నారాయణ చాలా జాగ్రత్తగా, బాగా శ్రద్ధ పెట్టి నేస్తూండటంతో నెమలికన్ను

చీర ముగ్ధమనోహరంగా వస్తోంది.

ఇంతలో అటుగా వచ్చిన ఆసామి చంద్రశేఖర, నారాయణ నేస్తున్న చీరను చూడనే చూశాడు. “అబ్బబ్బా, నారాయణా నిన్ను గజనేతగాడనేది ఊరికే కాదు. ఇట్టాంటి నెమలికన్ను చీరే కావాలని బెంగుళూరు ఆర్.కె.సిల్క్సు ఓనరు మహేశ్వరప్ప చాలా దినాల నుంచీ పోరతావుండాడు. అయినా ఈ పడుగు మనమిచ్చింది కాదే” అన్నాడు ఆశ్చర్యంగా.

“ఔను సారూ. ఈ చీర నా సొంతానికే నేసుకుంటా ఉన్నా” భయంతో చెప్పాడు నారాయణ.

“ఏం ఫర్వాలే. ఈ చీర నాకిచెయ్యి. నీకు రేషం, పేక, కూలీ కర్సులతో బాటూ ఆరువేలిస్తాను”. అన్నాడు శేఖర.

“లేదులేప్పా, వేరేవాళ్లకు ఇస్తానని చెప్పినాను”.

“పోనీ మొత్తంగా పదివేలిచ్చేస్తానులే”

“కుదరదులే శేఖరప్పా, నీకు కావాలంటే వేరేది నేసిస్తా” అన్నాడు నారాయణ.

చంద్రశేఖర నిరాశగా వెళ్లిపోయాడు. రెండు రోజుల తర్వాత మదనపల్లె వచ్చిన చేనేతశాఖ అధికారి రాజేష్, నెమలికన్ను చీరను చూసి మెచ్చుకున్నాడు. ఆ చీరతోబాటూ నారాయణ వివరాలు తీసుకుని, పై అధికారులకు పంపుతానని చెప్పి వెళ్లిపోయాడు.

* * *

రెండు నెలలు గడిచాయి. నారాయణ పరిస్థితిలో మార్పులేదు. నెలనెలా అప్పులకు వడ్డీలు కడుతూనే ఉన్నాడు. వయసు పైబడిన కొద్దీ అధికశ్రమతో కూడిన జకార్డు మగ్గం నేయడం కష్టంగానే ఉంది. గస, ఆయాసంతో నిస్సత్తువ ఆవరిస్తోందతనికి సాయంత్రమైతే.

ఆ రోజు నారాయణ మగ్గం నేసి, అలసటగా ఇంటికొచ్చి పడుకుని ఉంటే, విసురుగా వచ్చాడు సుధాకర “పురిటికని పిలిస్తే, దివసాని కొచ్చినట్టుండాది మీ ఇంటిపని అని నా సావాసగాళ్లంతా ఒకటే ఎగతాళి పట్టిస్తుండారు. తల తీసేసినట్లుండాది. ఆ ఇంటికి ఎప్పుడు గునాతాలేసినాం, ఎప్పుడు గోడల పని ఎత్తుకున్నాం? ఇంకెప్పుడది పూర్తి చేసేది? నేను గజనేతగాణ్ని. ఊరికి మొనగాణ్ని అని డబ్బా కొట్టుకొనేది కాదు. ముప్పై ఏళ్లు మగ్గం నేసి నిండా ముప్పైవేలు కూడా మిగిలించకపోతివి. బాగా చదివే నన్ను చదువు మానిపించి ఈ మగ్గం గుంటలో దింపారు. ఇంక నా బతుకు గూడా ఈ గుంటలోనే తెల్లారిపోవాల్నా?” అని అరిచాడు.

నారాయణ మౌనంగా ఉండిపోయాడు. అన్నీ తెలిసీ కొడుకు ఇలా మాట్లాడుతున్నాడేంటని బాధపడ్డాడు మనసులో.

"రెడ్డెప్పన్న చెప్పినాడు... ఏదో నెమలికన్ను చీరకు ఆసామి పదివేలిస్తానన్నా ఈనన్నావంటనే. నీకంత డబ్బెక్కువైపోయిందా? నీకంత లెక్క ఎక్కువైపోయుంటే ఇట్లా పారెయ్యి. నిండా అప్పుల్లో మునిగుండాం. అయినా నీకంత పగలు పనికిరాదు నాయనా" అన్నాడు కోపంగా సుధాకర.

నారాయణ నిస్త్రాణగా పడుకునే ఉండిపోయాడు.

"రేపు మేమంతా కొత్తకోటలో పెళ్లికి పోయి సందేళకొస్తాం. ఈ లోపల నువ్వు అప్పు చేస్తావో, అగచాట్లు పడతావో నాకు తెలీదు. పదిమూటలు సిమెంటు, కడ్డీ ఆ ఇంటికాడికి తోలించాల. ఎల్లుండి నుంచీ పనెత్తుకొంటామని మేస్త్రీకి చెప్పినా రేపట్నుంచీ నేనా కొత్తింటి కాడే పడుకుంటా. నువ్వేం చేస్తావో నాకు తెలీదు మళ్లా" చెప్పాల్సింది చెప్పేసి దురుసుగా వెళ్లిపోయాడు సుధాకర.

నారాయణకు నిద్రపట్టలేదా రాత్రి.

* * *

మర్నాడు పొద్దునే సుధాకర, అతని భార్య పెద్దకోడలు అరుణ, మనవరాలు సంధ్య అందరూ కొత్తకోట వెళ్లిపోయారు. కొడుకు మాటలు నారాయణ మనసును ముళ్లలా గుచ్చుతున్నాయి. ఎలాగైనా అప్పు సంపాదించి సిమెంటూ, కడ్డీ సంపాదించాలని బయలుదేరాడు. రామయ్య శెట్టి దగ్గర పెళ్లినాటి తన బంగారు ఉంగరం, సెల్‌ఫోను తాకట్టు పెట్టి మూడువేలు తీసుకున్నాడు. మధ్యాహ్నం వరకూ చెడతిరిగినా ఇంకెక్కడా అప్పు పుట్టలేదు. నిరాశతో ఇంటికొచ్చి కుక్కిమంచం మీద నడుం వాల్చాడు.

పెళ్లికి వెళ్లినవాళ్లు సాయంత్రానికంతా తిరిగొస్తారు. చెప్పిన సామాను కొని తేనందుకు సుధాకర నానా మాటలు అనడం ఖాయం. గజనేతగాడుగా పేరువడి ఎన్నో అందమైన చీరలు నేసినా, నా బతుకింతే, పనికి తగ్గ సంపాదన అనేది కళ్ల చూడలేను. నేనిక జన్మలో డబ్బు సంపాదించి ఆ ఇల్లు పూర్తిచేయలేను. పోనీ చనిపోతే... నారాయణ మనసులో హఠాత్తుగా చావు ఆలోచన మెదిలింది.

ఎలాగూ నా పేరుతో అప్పుల పత్రాలు ఉన్నాయి. నేను పోతే చేనేత కార్మికుడు ఆత్మహత్య చేసుకున్నాడని గవర్నమెంటోళ్లు మావాళ్లకి లక్షన్నర పరిహారం ఇస్తారు. పాత అప్పులు తీరగా, మిగిలిన డబ్బుతో కొడుకు ఇల్లు కట్టుకోవచ్చు. పాత బాకీ తీరిస్తే సేట్లు కూడా కొత్త అప్పు ఇవ్వడానికి ఒప్పుకుంటారు' అనుకున్నాడు నారాయణ. ట్రంకుపెట్టె అడుగున వెతికి, ఎప్పుడో ఇంటిపని కోసం తెచ్చిన వార్నీసు సీసాని బయటికి తీశాడు.

"నేను పోతే మాత్రం నా శవానికి పోట్టుమారటం చేయించి, పోలీసు రిపోర్టు

ఇస్తారా? ఇవ్వచ్చేమో! అన్న పోయినాక, ఈ తతంగమంతా తెలుసుకొనే ఉన్నాడు సుధాకర అయినా వాడికి నా మీద పేమ లేదు కదా. పోట్టుమారటం పేరుతో నా శరీరాన్ని డాక్టర్లు ముక్కలు చేసినా పట్టించుకోడు" అనుకున్నాడు.

చివరిసారి దేవుణ్ని తలచుకుని, ఒక్కగుక్కలో ఆ సీసాలోని ద్రవాన్ని తాగేశాడు నారాయణ. కొద్ది క్షణాల్లోనే అతనికి కళ్లు తిరగసాగాయి. క్షణాల్లో స్పృహతప్పి నేలకూలాడు.

* * *

చిన్నగా కళ్లు తెరచి చుట్టూ చూశాడు నారాయణ. ఆసుపత్రి వాసన వచ్చింది. తననే ఆత్రంగా చూస్తూ ఉన్నాడు కొడుకు. కొడలు, అధికారి రాజేష్, గడ్డం పెంచుకుని ఖరీదైన దుస్తుల్లో ఉన్న మరో అపరిచితుడు. నారాయణకు అంతా అయోమయంగా వుంది.

"నారాయణా, నీకిక ఏం భయం లేదు. నీకోసం మీ ఇంటికి వచ్చాను" నువ్వు స్పృహ తప్పి పడిపోయి ఉండటం చూసి ఆసుపత్రిలో చేర్చాను" చెప్పాడు రాజేష్. "అన్నట్టు నీకో శుభవార్త "నీ నెమలికన్ను చీరకు ప్రభుత్వం అవార్డు ప్రకటించింది. నీ నేతపని అమోఘం అని జడ్జీలందరూ మెచ్చుకున్నారు. ఆ విషయం చెప్దామని పొద్దున్నుంచీ నీకు ఫోన్ చేస్తూన్నా కలవట్లేదు. తీరా వచ్చి చూస్తే నువ్వు స్పృహతప్పి కనిపించావు" అన్నాడు రాజేష్. నారాయణ నీరసంగా కదిలాడు. గడ్డం వ్యక్తి వంక ఆశ్చర్యంగా చూశాడు. 'ఎవరీయన?' అనుకుంటూ.

"ఈయన శ్యామ్‌లాల్ బనార్సీవాలా అని కాశీలో పెద్ద చీరల వ్యాపారస్థుడు. ఢిల్లీ వస్త్ర ప్రదర్శనలో ఉంచిన నీ నెమలికన్ను చీర ఆయనకు బాగా నచ్చింది. వీలైతే భారీగా అడ్వాన్సు ఇచ్చి తన సంస్థ కోసం పట్టుచీరలు నేసేందుకు నిన్ను కాశీ తీసుకెళ్లాలనీ, లేదూ నువ్విక్కడే ఉంటానంటే మంచి జీతంతో నువ్వు వాళ్లకు చీరలు నేసేలా ఒప్పందం కుదుర్చుకోవాలని ఇంతదూరం వచ్చారు. మా ఆఫీసుకొస్తే నాతో తీసుకొచ్చాను" అన్నాడు రాజేష్. నారాయణ కష్టపడి చేతులు జోడించాడు.

"ఏమయ్యా సుధాకరా. నీకేమైనా బుద్ధుందా? మీ నాయనలాంటి నేతగాడు ఈ జిల్లాలో భూతద్దం పెట్టి వెతికినా దొరకడు. మీ నాయన ఆత్మహత్య చేసుకుంటే, ప్రభుత్వం మీకు పరిహారమిస్తుంది. కానీ అలాంటి కళాకారుణ్ని పోగొట్టుకున్న చేనేత రంగానికి ఎవరిస్తారు నష్టపరిహారం? ఆ లోటు ఎవరు తీరుస్తారు?" కోపంగా అన్నాడు రాజేష్. సుధాకర సిగ్గుతో తలదించుకొన్నాడు.

మే, 2016 – తెలుగు వెలుగు.

సాలె గూడు

ఆ ఇంటిలోంచి మృదంగనాదంలా టకటకా మగ్గం చప్పుడు వినిపిస్తోంది. ఇంటి గుమ్మంపై చౌడేశ్వరిమాత పటం ఒకటి వేలాడుతూ వుంది. అన్నీ మేడలు, రెండు మూడు అంతస్థుల బిల్డింగులున్న ఆ వీధిలో మగ్గం నేసే రెడ్డప్ప పెంకుటిల్లు ఇంటి ముందు అరుగులు, స్తంభాలతో అల్ట్రామోడర్న్ అమ్మాయి ఆరు గజాల చీర కట్టినట్లు విచిత్రంగా కనిపిస్తోంది. రెడ్డప్ప దూరపు బంధువు కదిరప్పకి పూర్వీకుల నుండి సంక్రమించిందా ఇల్లు. కదిరప్ప మిలట్రీలో పనిచేస్తూ కుటుంబంతో సహా మీరట్‌లో వున్నాడు. ఇంకొక మూడు నెలల్లో రిటైరై మదనపల్లెకి ఫ్యామిలీతో కలిసి వచ్చెయ్యాలనుకుంటున్న కదిరప్ప ఆ లోపలే ఇల్లు ఖాళీ చేయమని రెడ్డప్పకు హుకుం జారీ చేసి వున్నాడు.

మగ్గం నేస్తున్న రెడ్డప్ప కాళ్లతో అణ బలంగా తొక్కి రెండు చేతులతో మార్చి మార్చి వాటు వేసినాడు. అతని చేతుల కదలికబట్టి మగ్గంపై సైకిల్ చెయిన్ లాంటి పరికరానికి అమర్చబడి వున్న జకార్డు. అందులోని అట్టలు విచిత్రంగా కదిలాయి. పరిణితి చెందిన వైణికుని చేతివేళ్లు తీగలపై సుస్వరాలు పలికించినట్లు, రెడ్డప్ప చేతివేళ్లు అందమైన పట్టుచీరను రూపొందిస్తోంది.

రెడ్డప్ప ముఖంలో అలసట గోచరిస్తూ వుంది. సంవత్సరాల తరబడి నేస్తూ వున్నా, రెక్కాడితేగాని డొక్కాడని పరిస్థితిలో మార్పులేదు. రెడ్డప్ప, అతని కొడుకులిద్దరూ మగ్గం పనిలోనే వున్నారు. కానీ బొటాబొటి ఆదాయం ఇంటి ఖర్చులకు, ఇంటి బాడుగకే సరిపోకుండా వుండడంతో, కనీసం స్వంతంగా ఒక ఇంటి స్థలం కూడా సంపాదించుకోలేక పోయాడు రెడ్డప్ప. కొంత కాలంగా అప్పో సప్పో చేసి తంటాలు పడి, చిన్నదైన ఒక స్వంత ఇల్లు కట్టించమని రెడ్డప్ప భార్య రాజమ్మ పోరు పెడుతూ వుంది.

తహసిల్దారు ఆఫీసులో ఇందిరమ్మ ఇళ్ల పథకం కింద ఇచ్చే ఇంటి స్థలాన్ని ఒకటి తనకిప్పించమని రెడ్డప్ప అర్జీ పెట్టుకున్నాడు. మదనపల్లెలో పట్టుచీరలు నేయించి వ్యాపారం చేసే షాహుకార్లు చాలామంది నీరుగట్టువారిపల్లెలో స్థిరపడడంతో అక్కడ ప్లాట్ల విలువ చాలా ఎక్కువగా వుంది. కూలీనాలీ చేసేవారు ప్లాటుకొనే పరిస్థితి లేదు. ఎలాగో స్థలం సంపాదించుకొంటే తంటాలు పడి ఇల్లు కట్టుకోవచ్చనుకున్నాడు.

రెడ్డప్ప పెద్దకొడుకు రమణ ప్లాటు విషయం మాట్లాడి వస్తానని తహసిల్దారు ఆఫీసుకు పోయినవాడు రుసరుసలాడుతూ ఇంట్లోకి వచ్చాడు. 'ఆఫీసోళ్లు దుడ్లు ఎంతడిగినార్రా ఏంది?' కొడుకు చిరాకును గమనించి అడిగాడు రెడ్డప్ప.

"అదేంలే, ఎవరో మంత్రి మదనపల్లి కొస్తావుండాడంట, మీటింగులో ఆ మంత్రికి కప్పేదానికి మంచి శాలువా ఒకటి కావాలంట మీరు మగ్గాలోళ్లే కదా, ఆ శాలువా నేసుకోనిరా అన్నాడు ఒక గుమాస్తా వారానికొక చీర నేసేదానికి అల్లాడతావుండాం. ఇంక ఈ శాల్వాకి ఏడకిబోవల్ల? ఉద్దరకొస్తే అన్నీ కావాలంటారీ నాయాండ్లు" రుసరుసలాడుతూ చెప్పినాడు రమణ. పళ్లబిగువున.

"ఆ శాల్వాకి ఏమి రకం నూలు వాడల్ల? రేషం(సిల్కు) ఐతే చిల్లగడ్డ రకమా. ఇంకోటా? జరీకి యాడబోవాల? డిజైను అట్టలు చిక్కుతాయో లేదో. ఏందీ నస" వాపోయాడు రెడ్డప్ప టెన్షన్ పడుతూ.

"రేషం కిలో మూడు వేలకి తక్కువలే. జరీ మూడు మార్కులే వెయ్యి రూపాయిలుంటుంది. యాడ్నుంచి తేవాలంట?" తండ్రీ కొడుకుల సంభాషణ వింటున్న రాజమ్మ కల్పించుకొంది ఆత్రంగా.

"చౌడమ్మగుళ్లో పూజారి రేపు వారం పంచమికి ఇంటిపని మొదలుపట్టేదానికి రోజు బాగుందని చెప్పాడు. నేను కౌన్సిలర్‌ని పట్టుకపోయి తహసిల్దారుని కలిసి ఎట్నో కట్లా పట్టా ఇచ్చేట్టుగా చూసుకుంటా. నువ్వా శాలువా విషయం చూసుకో" అన్నాడు రెడ్డప్ప, కొడుకును సముదాయిస్తూ.

అన్నట్లుగానే కౌన్సిలర్ ఇంటికిపోయి ఇంటి పట్టా ఇప్పించడంలో సాయం చేయమని ప్రాధేయపడ్డాడు ఆ రోజు సాయంత్రం.

మునిసిపల్ కౌన్సిలర్ నాగభూషణానికి చాలా కాలంగా రెడ్డప్ప కుటుంబంపై కన్నుంది. రెడ్డప్ప మంచి నేతగాడు. అతడి ఇద్దరి కొడుకులు మురళి, నాగరాజు కూడా మంచి పట్టుచీరలు తయారు చేయడంలో పేరు పొందినవాళ్లు. కాకపోతే వాళ్లు నాగభూషణానికి గాక మరో ఆసామికి మగ్గం నేస్తూ వున్నారు. నాగభూషణానికి పట్టుచీరల తయారీ, అమ్మకం వ్యాపారాలున్నాయి. అతనికి మంచి పనివాళ్ల అవసరం వుంది. ఇప్పుడు అతనికి పనిచేసే వాళ్లలో నాగాలు పెట్టేవాళ్లు. నేతపనిలో శ్రద్ధ చూపకుండా నాణ్యత లేని చీరలు నేసేవాళ్లే ఎక్కువ.

"రెడ్డప్పా! బాడుగింట్లో ఎన్ని దినాలు అవస్థలు పడతానుంటావు? నువ్వు సొంతంగా ఇల్లు కట్టుకుంటే అంతకన్నా ఏం కావల్ల! పట్టానే కాదు తాహసిల్దారుతో హౌసింగోళ్లతో

మాట్లాడి ఇందిరమ్మ ఇల్లు కూడా నీకు ఇప్పిస్తా, కానీ మీ ఇంట్లో జనాలు జాస్తి కదా. హౌసింగోళ్లు ఇచ్చేది కాకుండా ఇంకో రూమైనా ఏస్కోవాల గదా. మగ్గాల షెడ్డు, ఇంటికీ డబ్బు రెండు లక్షల రూపాయలైన ఎగేసుకొని కట్టుకోవల్ల. ఏడ్నుంచి ఎగేస్తామనుకుంటూ వుండావు?" తాపీగా వక్కపొడి సములుతూ అడిగాడు నాగభూషణం.

"ఇంకా అంత దూరం ఆలోచించలే, నెలకు మూడు వేలు బాడుగ అగసాట్లు పతడా కట్టుకుంటా ఉండాం. ప్లాటు చిక్కినంక యాడన్నా మూడు రూపాయల వడ్డీకైనా, అప్పు తెస్తామనుకుంటా ఉండా" అన్నాడు రెడ్డెప్ప నీరసంగా.

"ఏమీ, నీకొచ్చిన కూలీ లెక్కంతా వడ్డీకి కట్టుకుంటామనా? నా మాట ఇని నువ్వు, నీ కొడుకులిద్దరూ నా కాడ పన్లోకి చేరండి. ఒక్కొక్కరికి యాభై వేలు క్యాష్ అడ్వాన్సుగా ఇస్తాను. వడ్డీ ఇవ్వాల్సిన పన్లే మీరు పని మానేసి వెళ్లిపోతేనే ఆ యాభై వేలు తిరిగి కట్టుకోవల్ల. అందాకా దానితో పన్లే. ఒక చీరకి పన్నెండు నూర్లు కూలీ ఇస్తా అదీ మిగిలినోళ్లకన్నా ఎక్కువే గదా! నా మాట విను" ఆబగా చెప్పాడు భూషణం.

రెడ్డప్ప అవాక్కయ్యాడు...

"మనిషికి యాభై వేలు అడ్వాన్సు! నోరూరిస్తా వుంది! కానీ ఐదేళ్ల నుండి తాము నేస్తున్న నరసింహులు దగ్గర వున్నపళంగా పని మానేసి వెళ్లిపోవడమంటే అంత సులభం కాదు. యాభై వేలు అడ్వాన్సు తాము తీర్చలేరు. కాబట్టి జీవితాంతం భూషణం దగ్గర తాను, తన కొడుకులు పని చేయాల్సి ఉంటుంది" అనుకొన్నాడు.

"ఏ సంగతీ ఆలోచించుకొని చెప్తా" అని ఇంటిదారి పట్టాడు రెడ్డప్ప.

* * *

"నువ్వు గమ్మనుండు, ఒకటిన్నర లక్ష అడ్వాన్సుగా పుణ్ణేనికి మనకు ఇచ్చేదెవరు? నరసింహులుకి ఏదో ఒకటి చెప్పి భూషణం దగ్గర పన్లోకి చేరిపోండి. నెలనెలా కిరాయి కట్టలేకుండా సస్తా వుండాం, ఈ బాడుక్కొంపలో. ఇన్ని దినాలకైనా తెలివి తెచ్చుకొని బతకండి" అని రాజమ్మ సతాయించడం మొదలుపెట్టింది రెడ్డప్పను.

రెడ్డప్ప పెద్ద కొడుకు మురళిని, చిన్న కొడుకు నాగరాజును సంప్రదించాడు. వారిద్దరూ నరసింహులు దగ్గర పని మానేసేందుకు మొగ్గు చూపలేదు. కాని రెడ్డప్ప కోడలు నాగరత్నం మాత్రం అత్తకు బాగా వత్తాసు పలికింది. సొంత ఇంటి మోజు ఆమెనలా చేయించింది. ఆడవాళ్ల మాటలకు మగవాళ్లు తల ఒగ్గక తప్పలేదు చివరకు.

నరసింహులు రెడ్డప్పకుగాని, అతని కొడుకులకుగానీ అడ్వాన్సు ఏమి ఇవ్వలేదు కాబట్టి అతనికి చెప్పి, అతని వద్ద పనికి మానుకొని నాగభూషణం వద్ద పనికి కుదిరారు

రెడ్డప్ప, అతని కొడుకులిద్దరూ. భూషణం మరుసటి రోజు తహసిల్దారు ఆఫీసుకు వెళ్లి, తహసిల్దారుతో మాట్లాడి మినిస్టరు మీటింగు సమయానికి శాలువా తీసి ఇచ్చేలా ఒప్పించి, ఇంటి పట్టా కాగితం రెడ్డప్ప భార్య రాజమ్మ పేరుతో ఇప్పించాడు. తమకిచ్చిన జాగా వూరికి దూరంగా తొండలు గుడ్లు పెట్టే చంద్ర కాలనీలో అయినా అదే మహాభాగ్యంగా మురిసిపోయారు రెడ్డప్ప కుటుంబ సభ్యులు. రెడ్డప్ప భూషణాన్ని తమకు రావలసిన అడ్వాన్సు 'ఒకటిన్నర లక్ష' గురించి అడిగాడు. పనిలోకి దిగేముందు.

నీకు ఇందిరమ్మ స్కీంలో ఇల్లు ఇప్పించడానికి పదివేలు ఖర్చయింది. ఇంటి గునాతాల(పునాది) ఖర్చు, కమ్మీ, ఇటుక, కిటికీలు అవీ వాళ్లిస్తారు. మా తమ్ముడికెట్లా స్టీలు, సిమెంటు అంగడి వుంది కదా! నీకు డబ్బిస్తే ఖర్చయిపోతుంది. నీకు కావలసినపుడంతా సిమెంటు, కమ్మీ, ఇసుక అవీ అక్కడ తీసుకుంటా వుండు. లెక్కలో రాసుకుంటారు, నేను చెప్తాను" అన్నాడు భూషణం తాపీగా.

రెడ్డప్పకు ఈ ఏర్పాటు బాగానే వున్నట్లుగా అనిపించింది. సొమ్ము తమ దగ్గర వుంటే ఖర్చయిపోవడం ఖాయం. ఇలాగైనా తన అడ్వాన్సు సొమ్ము భద్రంగా ఉంటుంది అనుకున్నాడు రెడ్డప్ప. మంత్రి ప్రోగ్రాం రెండు నెలలు వాయిదా పడడంతో అతనికి కొంత తెరిపి చిక్కింది.

రెడ్డప్ప సాయంత్రం వరకూ భూషణం షెడ్డు గదిలో మగ్గం నేసి, చౌడమ్మ గుడిలో పురాణం విని ఇల్లు చేరాడు. ఆసరికి మురళి స్నానం చేసి బయటికి వెళ్లాడు. పదో తరగతి వరకు చదువుకున్న కోడలు నాగరత్నం ఆరు, నాలుగవ తరగతి చదివే తన కూతుళ్లిద్దరికీ చదువు చెప్తూ వుంది. రాజమ్మ వంటగదిలో వుంది.

ఎనిమిదవుతూండగా రెడ్డప్ప చిన్నకొడుకు నాగరాజు తూలుతూ ఇల్లు చేరాడు. అతడి నుండి సారా వాసన గుప్పుమంటూ వేస్తూ వుంది.

"ఏందిరా ఇది. ఇంట్లో చిన్న పిలకాయలుండారని గూడా లే, నీ అన్నను చూడు" కొడుకుపై కస్సుమన్నాడు రెడ్డప్ప.

"ఏంది చూసేది? ముందు నా యాభై వేలు ఇట్లతే! ఎవర్నడిగి నా డబ్బు ఆ షావుకారు చేతిలో పెట్టావు? తమాషాగా వుంది నీకు. సొమ్మొకడిది, సోకొకడిది అని ఇల్లు కట్టి నీ పెద్ద కొడుకు చేతిలో పెట్టామనుకుంటా వుండావేమో!" తూలుతూ తూటాల్లాంటి మాటలు వద్దులుతున్నాడు నాగరాజు కోపంతో రెచ్చిపోతూ.

"అదేందిరా, ఇల్లు అందరికోసం కదా. అయినా రెండు వారాల నుండీ కూలీ డబ్బులు నువ్వు ఇంట్లోకి ఇవ్వడం లేదు. ఇంకా ఈ నెల బాడుగ కూడా కట్టలేదు. వచ్చిన

లెక్కంతా ఇట్లా తాగుడికీ, మట్కాకీ ఖర్చు బెట్టేస్తావుండావేమో" మొత్తుకున్నాడు రెడ్డప్ప.

మామూలుగా రెడ్డప్ప సంపాదించిన కూలీడబ్బు బ్యాంకులో ఇంటి నిర్మాణం కోసం దాస్తూ వుంటాడు. మురళి సంపాదన ఇంటి ఖర్చుకూ, పిల్లల ఫీజు వగైరాలకు ఉపయోగపడుతూ ఉంటుంది. నాగరాజు సంపాదనతో ఇంటి బాడుగ, కరెంటు, డిష్ ఖర్చు, పై ఖర్చులకు వెళ్లిపోతూ ఉంటుంది.

"భద్రంగా బ్యాంకులో వేసుండావే దుడ్డు. దాంట్లో నాదీ వాటా వుండాది, నా లెక్క తేల్చు ముందు" అని గట్టిగా కూర్చున్నాడు నాగరాజు. రెడ్డప్ప, రాజమ్మ ఎంత చెప్పినా ఇంకా యాగీ జేస్తూనే వున్నాడతను.

"ఈ నీరుగట్టుపల్లెలో వున్నన్ని బార్లు, బ్రాందీషాపులు ఇంకేడా లేవు. మగ్గలోళ్ల మజూరీ డబ్బంతా తాగుడికీ, మట్కాకీ ఖర్చులు పూడుస్తా వుండాది. ఇదేమి దరిద్రమో ఏమో! ఈ తాగుడు పచ్చని కొంపల్లో చిచ్చు పెడ్తా వుండాది. సావాసగాళ్ల చెప్పుడు మాటలు విని వీడు చెడిపోతూ వుండాడు. నాకేం మతికి రాలే" అని శోకాలు అందుకొంది రాజమ్మ.

"నీ మొగుడేడికి పోయినాడు? వాడు ఈమద్దెలో అర్ధరాత్రి ఇంట్లోకి దిగబడ్తా వుండాడు. వాడూ తాగుడు మరిగినట్లున్నాడు. పొద్దు పొద్దున్నే యాడికో ఎలబారేస్తా వుండాడు" కోడల్ని అడిగినాడు రెడ్డప్ప కోపంగా.

నాగరత్న కళ్లనీళ్లు పెట్టుకొంది. కాసేపు నసిగాక చెప్పింది.

"ఏంలేదు, అందరూ వారానికొక 'బ్రొకెత్ చీర', 'కళాంజలి చీర'ను నేస్తావుంటే మా ఆయన కనీసం రెండు వారాలకైనా మూడు చీరలు నేసి ఎక్కువ కూలీ సంపాదించాలని చూస్తా వుండాడు. తహసిల్దారుకి ఇస్తామని చెప్పిన శాలువ నేయడానికి టైం సరిపోకుండా వుంది. పొద్దున అయిదు గంటలకే రెడీ అయి వెళ్లిపోతా వుండాడు. ఆ శాలువాకి కావలసిన రేషం(పట్టు), జరీ కూడా కొని, అల్లు పట్టించి, రంగులద్దిచ్చినాడు. డిజైను అట్టలు తిరిగి తిరిగి సంపాదిచ్చె. నేనెంత వద్దన్నా వినలేదు. ఈ చాకిరితో ఆయనకు ఒళ్లు పాడైపోతా వుండాది. రాత్రి పన్నెండుకు ఇంటికొచ్చి గస, ఆయాసమూ అని అల్లాడిపోతవుండాడు".

రెడ్డప్ప కోడలు మాటలు విని అవాక్కయ్యాడు.

రాజమ్మ 'ఇదేమి కర్మరా భగవంతుడా!' అని ఏడుపు అందుకొంది.

నాగరాజు మాత్రం ఇదేమీ పట్టనట్లు "రెండు రోజుల్లో అడ్వాన్సు నుంచి నా వాటా సొత్తు తీసి నాకియ్యి. లేకపోతే బాగుండదు" అని రుసరుసలాడుతూ ఇంట్లో నుండి బయటకు వెళ్లిపోయాడు.

* * *

చెప్పినట్లుగానే నాగభూషణం రాజమ్మ పేరుతో "ఇందిరమ్మ కోటాలో ఇల్లు శాంక్షను చేసుకొని వచ్చాడు. హౌసింగ్ వారి నుండి లోను అందుతుందన్న ఆనందంతో పంచమి రోజు భూమిపూజ చేసి ఇంటికి గునాతాలు తీసేశాడు రెడ్డప్ప. భూషణం తమ్ముడి కొట్టులోంచి ఎప్పటికప్పుడు అకౌంట్ బుక్కులో రాసి సిమెంటు, కమ్మీలు వగైరా ఇంటిపనికి కావలసింది తెచ్చుకోసాగాడు. హౌసింగ్ శాఖవారి నుండి కొంతమేరకు ఇసుక, కమ్మీలు, సిమెంటు అందాయి. కానీ ఇంటిపని పూర్తి కావడానికి తాను బ్యాంకులో చేర్చిపెట్టుకుని వున్న ఎనభై వేల మొత్తం చాలదేమోనని భయం పట్టుకొంది రెడ్డప్పకు.

* * *

రెండు రోజుల నుండి నాగరాజు ఇంటికి రాలేదు. రెడ్డప్పకు, రాజమ్మకు ఇకటే టెన్షన్‌గా వుంది.

"వీడు తాగి యాడ పడిపోయినాడో మనమే వెతుక్కొని తెచ్చుకోవాలగదా! నువ్వేమి పట్టనట్టు ఇంట్లో కూచోనుంటే ఎట్ల" అని కసిరింది రాజమ్మ భర్తను.

"తాగి పడిపోయుంటే, వాడి సావాసగాండ్లు ఈపాటికే మనకు చెప్పేసి వుంటారు. మనం వాడి అడ్వాన్సు సొత్తు భూషణానికిచ్చినామని కసితో యాడికో పారిపోయి వుంటాడు. చేతిలో లెక్క అయిపోగానే ఇల్లు చేరిపోతాడులే" అన్నాడు రెడ్డప్ప.

మురళి పరిస్థితి ఆందోళనకరంగా వుంది. ఎక్కువ కూలీ సంపాదించి, తాము కడ్తున్న ఇల్లు త్వరగా ముగించాలన్న ఆత్రంతో పగలూ, రాత్రి మగ్గం నేస్తున్నాడు. శాలువాకి అతను తెచ్చిన డిజైను అట్టలు సరిపోక కొంత గజిబిజి నెలకొంది. పైపెచ్చు మగ్గం పనిలో నిరంతరం వెంటాడే దుమ్ము, ధూళి పీల్చడంతో గొంతునొప్పి, ఆయాసం మొదలయ్యాయి. శరీరం కృశించిపోసాగింది.

నాలుగు రోజులు చూసి నాగభూషణం రెడ్డప్పను పిలిచి గట్టిగా వార్నింగిచ్చాడు.

"నీ కొడుకు నాగరాజు నా దగ్గర అడ్వాన్సు సొమ్ములు తీసుకొని, పనికి ఎగనామం పెట్టి పారిపోయాడు. ఆ లెక్కకు సరిపోయేట్టు ఇంటి సామాను మీరు తీస్కోనేసుండారు. మర్యాదగా నీ కొడుకును పట్టుకోనొచ్చి పనిలో చేర్పించు. వేరే యాడైనా లేదా ఇంకో వూర్లో అయినా పనిలో కుదురుకోనున్నా, నాకు ఈ రోజు కాకపోయినా, రేపైనా ఇన్ఫర్మేషను వచ్చేస్తుంది. ఇట్టాంటోళ్ల కోసమే మా ఆసాములు కొందరు రౌడీలను మెయింటెయిన్ చేస్తావుండారు. వాళ్లని పిలిపించి నీ కొడుకును కాళ్లించి, లాక్కొని రమ్మంటాను. గోళ్లూడగొట్టి నా అడ్వాన్సు వసూలు చేసుకొంటా తగునాత నీ ఇష్టం" అన్నాడు.

రెడ్డప్పకేం చెప్పాలో పాలుపోలేదు.

మురళి, అతని స్నేహితులు చుట్టుపక్కల వూళ్లల్లో నాగరాజు కోసం వెతికి వచ్చారు. కానీ అతని జాడ దొరకలేదు. నాగరాజు సావాసగాళ్లను విచారించినా లాభం లేకుండాపోయింది.

కొడుకు మీద దిగులుతో రాజమ్మకు గుండెదడ, ఆయాసం ఎక్కువయింది. ఒక సాయంత్రం వున్నపళంగా విరుచుకొని పడిపోయింది. సోమినాయుడు ఆసుపత్రికి తీసుకొనిపోతే టెస్టులన్నీ చేసి, గుండె బలహీనంగా వుంది, వాల్వ్‌లు బ్లాక్ అయినాయి, ఆపరేషన్ చెయ్యాలన్నారు. రెడ్డప్పకేం చెయ్యాలో పాలుపోలేదు.

ఒకరోజు చీకటి పడుతూ వుండగా... మురళి హడావిడిగా వచ్చి, రెడ్డప్పను తన వెంట తీసుకొనిపోయాడు. నాగరాజు భూషణం తమ్ముడి గోడౌను పక్కన గదిలో ఒళ్లంతా గాయాలతో మూలుగుతూ వున్నాడు.

"నీ కొడుకు మాకు టోపీ ఏసి బెంగళూరు దగ్గర ఎలహంకకు పారిపోయి, అక్కడ మగ్గాలు నేస్తావుండాడు. భూషణం మనుషులు వెతికి, పట్టుకొని సావగొట్టి తీసుకోనుచ్చుండారు" అన్నాడు ఒకడు.

రెడ్డప్పకు పై ప్రాణాలు పైనే పోయాయి. అడ్వాన్సు సొమ్ముకు సరిపడా సిమెంటు, కమ్మీలు, ఇసుకతోబాటు పైపులు, కరెంటు సామాన్లు కూడా ఇప్పటికే గోడౌన్ నుండి తెచ్చుకొన్నారు. పైపెచ్చు లేబరు కాంట్రాక్టు కూడా భూషణం తమ్ముడికే ఇచ్చినందువల్ల అడ్వాన్సు సొమ్ము ఖర్చయిపోయింది. రెడ్డప్ప బ్యాంకుకి పరుగెత్తుకిపోయి, తాను దాచిన సొమ్ములోంచి యాభై వేలు తీసుకొచ్చి భూషణానికిచ్చి నాగరాజును విడిపించుకొనిపోయాడు.

నాగరాజు, రాజమ్మల ఆసుపత్రి ఖర్చులకు రెడ్డప్ప దగ్గర మిగిలివున్న మొత్తం ఖర్చయిపోగా, ఇంకా పదిహేనువేలు, మూడు రూపాయల వడ్డీకి తేవాల్సి వచ్చింది. మొండి గోడలతో, కమ్మీలు, వెదురు బొంగులతో అసంపూర్ణంగా మిగిలివున్న రెడ్డప్ప ఇల్లు అంతరిక్షంలోంచి దిగిన గ్రహాంతర వాసిలాగా విచిత్రంగా కనిపిస్తూ వుంది.

* * *

బోరున వర్షం. రెండు రోజుల నుండి ఎడతెరిపి లేకుండా కమ్ముకున్న ముసురు, దాంతో పడుగు, పేక మందంగా తయారై నేతకు పనికి రాకుండా పోతున్నాయి. అలాగే శాలువా నేస్తూ వున్నాడు మురళి. తల్లి అనారోగ్యం, అసంపూర్ణంగా నిలిచిపోయిన ఇల్లు, తమ్ముడి భవిష్యత్తు అతణ్ని కుంగదీస్తూ వున్నాయి.

"పడుగులో దారం చిక్కుకుని వుంది. చూసుకోన్నో" మరో నేతగాడి పిలుపుతో వులిక్కిపడ్డాడు మురళి.

'జీవితమే చిక్కుబడింది. ఈ పోగుల్లో చిక్కు ఒక లెక్కా' అనుకున్నాడు మురళి విరక్తిగా.

* * *

సాయంత్రమే సన్మాన సభ. తహసిల్దారు ఆఫీసు ఆవరణంతా హడావుడిగా వుంది. పక్కనే వున్న స్కూలు గ్రౌండులో షామియానాలు, ఛైర్లు, స్వాగత తోరణాలు, బ్యానర్లతో సందడిగా వుంది. ప్రతిపక్ష పార్టీ ఒకటి ఇంటి పట్టాలు మంజూరు కాని జనాలతో అక్కడ ధర్నా కార్యక్రమం నిర్వహిస్తూ వుండడంతో నినాదాలు, కేకలతో గందరగోళం నెలకొని వుందక్కడ. మంత్రిగారు రెవెన్యూ గెస్ట్ హౌస్‌లో సేద తీరుతూ వున్నారు. తాసిల్దారు, ఆఫీసు సిబ్బంది సభ ఏర్పాట్లలో తలమునకలుగా వున్నాడు. ఇంతలో ఆకాశానికి చిల్లులు పడినట్లు భోరున వర్షం ప్రారంభమైంది.

మురళి శాలువాను నేయడం పూర్తి చేసుకొని, ఆ శాలువాను ఒక కవర్లో పెట్టుకొని, హడావిడిగా ఆఫీసుకు బయల్దేరాడు. పని తొందరలో మధ్యాహ్నం భోజనానికి కూడా ఇంటికి వెళ్లలేదతను. నిరాశా నిస్పృహలతోబాటు ఆకలి, నిస్సత్తువ తోడవడంతో నిద్రలో వున్న మనిషిలా నీరసంగా నడుస్తూ వున్నాడతను. సైకిల్‌ను తాసిల్దారు ఆఫీసు వద్ద స్టాండ్ వేసేసరికే పూర్తిగా తడిసిపోయాడు. ప్రభుత్వ హామీలు, నినాదాలతో వున్న ఫ్లెక్సీ బోర్డులకిందుగా నీరసంగా నడుస్తూ వున్నాడు.

మంత్రిగారు రాకమునుపే నినాదాలిస్తున్న కార్యకర్తలను అక్కడినుండి తరిమివేయాలని కృతనిశ్చయంతో వున్న పోలీసులు రెండు సార్లు వార్నింగిచ్చినా ఎవరూ కదలకపోయేసరికి హఠాత్తుగా లాఠీచార్జికి ఒడిగట్టారు. గుంపుగా వున్న జనం చెల్లాచెదురై అటూ ఇటూ హడావిడిగా పరుగెత్తసాగారు. ఒక కానిస్టేబుల్ చేతిలో లాఠి ఏమరుపాటుగా నడుస్తున్న మురళి తలకు తాకింది. తలపై బలంగా తాకిన దెబ్బకు రక్తం ధార కట్టింది. మురళి చేతిలోని శాలువా ప్యాకెట్ ఎగిరి బురదనీళ్లలో పడింది. తలను రెండు చేతులలో ఒడిసిపట్టుకొని స్పృహ తప్పి నేలపై పడ్డాడతడు.

కకావికలైన జనం ప్యాకెట్టును తొక్కుకుంటూ పరుగు తీస్తూ వున్నారు. కొద్దిసేపట్లోనే ఆ శాలువ చీలికలు పేలికలైంది. ఇవేమీ పట్టించుకోని రీతిలో మురళి స్పృహ లేకుండా ఒక మూలపడిపోయి వున్నాడు. అతని చుట్టూ చీకట్లు అలుముకున్నాయి. పటాపంచలైన నేతగాడి 'స్వంత ఇంటి కల'లా శాలువ చీలికలు, పేలికలై కనిపిస్తూ వుంది.

జూన్, 2014 - వార్త (అదివారం అనుబంధం)

పులీ-మేక ఆట

శీనప్పా, నీకాడ పనికి నిలిచిపోతే మేమెట్టా బతకాలో అర్థం కాలేదప్పా" దు:ఖంతో పూడుకుపోయిన గొంతుతో అన్నాడు రాజన్న.

"తప్పలేదు రాజా, ఈ మగ్గాల షెడ్డు మా నాయన అరవై తొమ్మిదో సంవత్సరంలో కట్టినాడు. నేను పిల్లపుణ్ణించీ ఈడనే ఆడుకొంటా, చదువుకొంటా పెరిగినా. పదహారేళ్లకే మగ్గం గుంటలో దిగి మగ్గం నేసేది నేర్చుకొని, చీరలు, లుంగీలూ ఏక్‌దమ్మున నేసి గజనేతగాడ్ని అనిపించుకొంటి! యాపారం సరిగ్గా సాగకుండా నష్టాలొస్తా ఉండాయి గాబట్టి ఈ మగ్గాల షెడ్డు అమ్మేసి, వేరేపనిలోకి పోవాల్చొస్తావుండాది గానీ, నేను మాత్రం ఇష్టంగా ఈ మగ్గాలను అమ్మేస్తా ఉండానా?" బాధగానే చెప్పాడు 'శీనప్పా' అనబడే శ్రీనివాసులు. "సరే లేప్పా. నువ్వు మాత్రం ఏం చేస్తావు? నీ దగ్గర ఈ షెడ్డు కొనుక్కోబోయే వాళ్లు మమ్మల్ని మగ్గం పనిలో పెట్టుకొంటారో లేదో, మేమీడ నుంచి వేరే చోటికి పోయి పని వెతుక్కోవాలేమో" దిగులుగా అన్నాడు రాజన్న.

"నేనూ, నాకు తెలిసిన కాడ మీకు పనిప్పీమని చెప్తాను లేబ్బా" అన్నాడు శీనప్పా.

"రానురానూ, ఈ మగ్గాల పనిలో నేతగాళ్లకిచ్చే మజూరీలు తగ్గిపోతా ఉండాయి. కరెంటు మగ్గాలొచ్చేసి చేతిమగ్గాలోళ్లను చావుదెబ్బ కొట్టినాయి. మగ్గాలోళ్లు అరకొర కూలీలతో బతకలేక టౌన్లకు పోయి హోటళ్లలో పనికో, ఆటో తోలుకోనో బతకతా ఉండారు" అన్నాడు రాజన్న.

శీనప్ప బాధగా నిట్టూర్చాడు. తన తండ్రి ఉన్నప్పుడు ఇరవై మగ్గాల్లో చీరలు నేయించి, వెంకటగిరి, ధర్మవరం వంటి ఊర్లకు ఆ చీరలు పంపి వ్యాపారం చేసేవారు. ఆ రోజుల్లో చేనేత వృత్తి ఒక వెలుగు వెలిగింది. చేనేత కార్మికులకు పనికి తగ్గట్లుగా మంచి వేతనాలు లభించేవి. శీనప్ప తండ్రికి తన వ్యాపారంలో మంచి లాభాలొచ్చేవి. డబ్బు కూడబెట్టి ఆయన రాగులపాడులో ఎనిమిది సెంట్ల స్థలంలో ఒక పెద్ద పెంకుటిల్లు కట్టాడు. ఆ ఇంటిలో శీనూ, అతని తమ్ముళ్లూ, చెల్లెళ్లూ, గారాబంగానే పెరిగారు. తన తరువాత అనువంశిక వృత్తి ఐన చేనేత పనిలో కొడుకు కొనసాగాలన్న ఉద్దేశంతో శీనప్పను చేనేత వృత్తిలోకి దించాడు అతని తండ్రి వెంకటేసు.

తండ్రి చనిపోయాక, శీనప్ప తన మగ్గాలషెడ్‌లో పదిమంది చేనేత కార్మికులతో లుంగీలు, చీరలూ నేయిస్తూ, తన వ్యాపారం కొనసాగించాడు. ఆ ఊరిలో రద్దీగా ఉండే గాంధీ రోడ్డులో ఒక దుకాణం అద్దెకుతీసుకొని ఆ బట్టలను అమ్మేవారు. పదేళ్లపాటు అతని వ్యాపారం సజావుగా సాగింది. శీనప్పకొట్లో నాణ్యమైనచీరలు, పంచెలు, లుంగీలు లభించడంతో బాటూ, ధరలు కూడా కాస్తా తక్కువగా ఉండడంతో ఆ ఊరి ప్రజలే కాక, బయటి ఊర్లవాళ్లు కూడా అక్కడ బట్టలు కొనేవారు. కానీ కాలక్రమంలో అ ప్రాంతంలో కరెంటుతో నడిచే మరమగ్గాలు అనేకం పుట్టుకొచ్చాయి. చేతిమగ్గంలో కష్టం మీద రోజుకొక చీర తయారైతే, కరెంటు మగ్గంలో రోజుకు నాలుగైదు చీరలు తయారయ్యేవి. దానికవసరమైన పనివాళ్లు కూడా తక్కువ. కరెంటు మగ్గంలో తయారయ్యే చీరలు, లుంగీలు పెద్ద నాణ్యంగా లేకపోయినా, వాటి ధరలు తక్కువ ఉండడంతో ప్రజలు క్రమంగా పవర్‌లూంలో తయారైన వస్త్రాలు కొనడానికే మొగ్గు చూపించేవారు.

* * *

హరివిల్లులోని రంగుల్లా, రంగు రంగుల సీతాకోక చిలుకల్లా అనిపిస్తున్న చీరల దొంతరలు, నలుపు తెలుపుల కలబోతగా కలిసికట్టుగా ఉన్న బెడ్‌షీట్లు, దుప్పట్లూ, తెల్లటి మబ్బు పింజల్లాంటి తువాళ్లు, పంచెలు పేర్చిన వరుసలు అందంగా కనిపిస్తున్న గాజు షట్టర్ల ముందున్న కౌంటర్ వద్ద టేబుల్ దగ్గర కూర్చుని ఉన్నాడు శీనప్ప. హడావిడిగా లోనికి వచ్చారొక యువజంట. ముప్పయిఏళ్ల ఆ యువతి చాలా చీరలు బీరువాల్లోంచి తీయించి, పరిశీలించింది. పనివాడు ఆమెకు చీరలు చూపించే పనిలో ఉంటే, శీనప్ప ఆమె భర్త కోరిక మీద అతనికి లుంగీలు, టవళ్లు చూపించాడు. పదినిమిషాల పాటు వాటిని చూశాక ఆమె ఆ చీరల రేట్లు కనుక్కొని పెదవి విరిచింది.

“పక్కనున్న దుకాణంలో చీరల రేట్లు చవగ్గా ఉన్నాయి. అనవసరంగా ఇంత సేపు టైం వేస్ట్ చేశాం” అని భర్తను పక్క దుకాణానికి బయల్దేరదీసింది. శీనప్ప బాధతో నిట్టూర్చాడు.

ఒకప్పుడు టీకొట్టు నడుపుకొంటూ ఉండే మునస్వామి అప్పుచేసి నాలుగు కరెంటు మగ్గాలు పెట్టి కొన్నాళ్లుగా చీరలు, లుంగీలు తయారుచేస్తూ ఉన్నాడు. కొన్నాళ్లకు మునస్వామి శీనప్ప పక్కనే తన దుకాణం ఏర్పాటు చేసి, తాను మరమగ్గాల్లో నేయించిన వస్త్రాలు అమ్మసాగారు. అక్కడ బట్టలు చవగ్గా రావడంతో, చాలామంది వినియోగదారులు మునస్వామి అంగడిలో బట్టలు ఎగబడికొంటూ ఉన్నారు. క్రమంగా శీనప్ప వ్యాపారం చతికిలబడుతూ ఉంటే, మునస్వామి వ్యాపారం లాభసాటిగా సాగుతూ ఉంది.

"మీరు నాలుగు కరెంటు మగ్గాలు పెట్టి, ఎడాపెడా గుడ్డలు నేయించి అమ్మరాదా స్వామీ" అన్నాడొకరోజు శీనప్ప కొట్లోపనిచేసే మున్నా. శీనప్ప చిరునవ్వు నవ్వాడు.

"లేదురా, నన్ను నమ్ముకొని పదిమంది నా షెడ్లో చేతి మగ్గాలు నేసుకొంటూ బతుకుతూ ఉన్నారు. వారి పొట్ట కొట్టలేను" అన్నాడు.

"ఏమిటో ఈ పిచ్చిమాలోకం మారదు" అనుకున్నాడు మున్నా మనసులో.

* * *

నిజానికి కరెంటు మగ్గాల్లో కొన్ని రకాల బట్టలే నేయాలని ఒక చట్టం ఉంది. ప్రభుత్వం చేనేతకారుల ప్రయోజనాలు కాపాడడానికి ఆ చట్టం ఏర్పాటు చేసింది. చీరలు, ధోతీలు, వగైరా చేనేత మగ్గంలోనే నేయాలి. ఒకవేళ కరెంటు మొగ్గంలో నేసినా, అందులో సిల్కుశాతం నలభైతొమ్మిదికి మించరాదు. కానీ రాజకీయ నాయకుల అండ, స్థానిక సమస్యల వంటి కారణాల వలన ఆ చట్టం సరిగ్గా అమలుకు నోచుకోవడంలేదు.

శీనప్ప తమ ఊర్లో ఈ చట్టం ఉల్లంఘన గురించి చాలామార్లు పై అధికార్లకు ఫిర్యాదు చేశాడు. కానీ లాభం లేకపోయింది. అధికార్లు పరిశీలన కొరకు వచ్చేసరికి, ఏ ఎమ్మెల్యేకో ఫిర్యాదు చేసేవారు కరెంటు మగ్గాల యజమానులు. ఆయన ఫోన్‌చేసి అధికారులు పవర్ లూంస్‌పై దాడికి రాకుండా అడ్డుకొనేవారు. అధికారులు ఒకవేళ నిషేధించబడిన వస్త్రాలు నేస్తున్న ఏ కరెంటు మగ్గాన్ని గుర్తించి, అది ఉన్న గదికి తాళం వేసినా, ధన బలప్రయోగాల ద్వారా కొందరు పెద్దలు ఆ మరమగ్గం యజమానిని కాపాడేవారు.

ఒకసారి ఏ ఒత్తిడికీ లొంగని అధికారి ఆ ప్రాంతానికి వచ్చాడు. కరెంటు మగ్గాలపై దాడిచేసి చీరలూ, నిషేధించబడిన వస్త్రాలు నేస్తున్న మరమగ్గాల యజమాన్లపై కేసులు బుక్ చేసి, ఆ మగ్గాలున్న గదులకు తాళం వేశాడు. ఎమ్మెల్యే ఫోన్ చేసినా పట్టించుకోలేదు. ధనానికీ, విందులూ, వినోదాలకూ లొంగలేదు. కరెంటు మగ్గాల యజమానుల ఆందోళనకు అంతులేదు.

"ఇంతటితో ఈ మరమగ్గాల పని ముగిసినట్లే" అనుకున్నాడు శీనప్ప.

కానీ రెండు రోజుల్లో తిరిగి ఆ మగ్గాల గదులు తెరుచుకున్నాయి. ధన ధనా, అన్న శబ్దాలతో అవి పనిచేస్తూ పక్కింటి వాళ్ల నిద్ర చెడగొడ్తున్నాయి. వాటి నుండీ గుట్టలు గుట్టలుగా గుడ్డలు తయారౌతూనే ఉన్నాయి. శీనప్ప ఆశ్చర్యపోయాడు. ఆ వచ్చిన ఆఫీసరు డబ్బుకు, సిఫార్సులకూ లొంగలేదు. కానీ అతనికి దైవభక్తి జాస్తి. అతడిని రెండు, మూడు గుడులకు తిప్పి కరెంటు మగ్గాల యజమానులు అతడిని మంచి చేసుకున్నారు.

కరెంటు మగ్గాల్లో కావలసిన నూలును రంగులు అద్దాక (డయింగ్ చేశాక) కలుషితమైన రంగు నీటిని కొందరు కాలువల్లోకి వదిలేవారు. కొందరు ఇంటి పక్కనే వదిలిపెట్టారు. దీనివల్ల "భూగర్భజలాలు కలుషితమౌతున్నాయనీ, వ్యాధులు సోకుతున్నాయనీ" చాలామంది ప్రజలు అధికారులకు అర్జీలు పెట్టుకున్నారు. మున్సిపాలిటీవారు డయింగ్ కేంద్రాలను ఊరికి దూరంగా తరలించమని పవర్‌లూం యజమానులకు ఎన్ని నోటీసులిచ్చినా లాభం లేకపోయింది. యజమానులు ఆ నోటీసులను ఖాతరుచేయకుండా నాయకులను ఆశ్రయించేవారు. నాయకుల జులుంకు భయపడి అధికారులు తదుపరి చర్యలేవీ చేపట్టేవారుకారు.

కరెంటు మగ్గాల హోరు శబ్దాలకు పిల్లలు చదువుకోలేకపోతున్నారనీ, రాత్రుళ్లు నిద్రపట్టడం లేదని చాలామంది ప్రజలు ఫిర్యాదు చేయడంతో యూనిట్లను ఊరికి దూరంగా తరలించమని కొందరు ఉద్యమాలు నడిపారు. కానీ కరెంటు మగ్గాల యజమానులు లాభసాటి వ్యాపారం చేసుకుంటూ, నాయకులకూ భారీగా నజరానాలు సమర్పించుకొనేవారు. కాబట్టే వాటి మనుగడకు ఢోకా లేకుండా పోయింది.

కొండచిలువ మేకపిల్లను కబళించినట్టు, సింహం కుందేలును బలిగొన్నట్లు క్రమంగా కరెంటు మగ్గాల వల్ల చేతిమగ్గాల మనుగడకే ప్రమాదం ఏర్పడింది. ఒకప్పుడు మన సంస్కృతీ సంప్రదాయాలకు ప్రతీకగా చెప్పుకొనే గద్వాల జరీచీర, ధర్మవరం పట్టుచీర, వెంకటగిరి బుటా చీర కనుమరుగయ్యే ప్రమాదం వచ్చింది. జాతీయజెండా నేసినవాళ్లకు జాతి మంగళం పాడుతోంది. అనాదిగా అతివలందరికీ వస్త్రాలు నేసిచ్చిన వాడికి ఆదరణ కరువయింది. పులీ, మేకను ఒకే బరిలో వదిలితే పులి మేకను తిన్నట్లుగా, కరెంటు మగ్గాలు, చేతి మగ్గాలను చంపుతున్నాయి. శీనప్పను తీవ్రమైన నిస్పృహ ఆవరించింది. అతనికి కరెంటు మగ్గాలు ఏర్పాటు చేసి, నిషేధించబడిన వస్త్రాలు నేయించి, చట్టాలను ఉల్లంఘించడం ఇష్టంలేదు. కానీ తీవ్రనష్టాల్లో వ్యాపారం కొనసాగించలేని స్థితిలో ఉన్నాడు. ఇల్లు అమ్ముకోవలసిన అగత్యం ఏర్పడుతోంది. దుకాణంలోని సరుకును ఏదో ఒక ధరకు అమ్మివేసి, మగ్గాలనూ విక్రయించి, మగ్గాల షెడ్డును ఎవరికో ఒకరికి అప్పగించి, ఏ బియ్యం వ్యాపారమో చేసుకుంటూనో బతకాలని నిశ్చయించుకున్నాడు శీనప్ప. అందుకే తానిక ఎవరికీ పని కల్పించలేనని మగ్గాల షెడ్డులో పనిచేసే చేనేత కార్మికులకు చెప్పేశాడు.

* * *

ఆ రాత్రి శీనప్పకు నిద్రపట్టలేదు. అతని కళ్ల ముందు రాజన్న దీనవదనమే కదలాడుతూ ఉంది. తన వద్ద ఎన్నో ఏళ్ల నుండీ మగ్గం నేసుకొని జీవనం కొనసాగిస్తున్న

రాజన్నా, ఓబులేసు, మస్తాను, వెంకటయ్య, ఉరుకుందు, ఇలా ఎందరి పొట్టలో కొట్టి, తాను వేరే వ్యాపారం పెట్టుకోవడం సమంజసం కాదనిపించింది. వారి భార్యాబిడ్డలు ఉపాధి లేక రోడ్డునపడితే, ఆ పాపం తనను చుట్టుకుంటుందనిపించిందతనికి. రాత్రంతా ఆలోచించి ఒక నిర్ణయానికి వచ్చాడు శీనప్ప.

* * *

ఆరోజు ఉదయమే శీనప్ప, తన భార్యాబిడ్డలతో కలిసి సమీపంలో ఉన్న రామాలయానికి వెళ్లి దేవుడి పేరుతో అర్చన చేయించి వచ్చాడు. తాను పెద్దగా వాడని మోపెడ్‌ను దుమ్ము దులిపి సర్వీసింగ్ చేయించి మగ్గాల షెడ్‌కు వచ్చాడు. అక్కడ అప్పటికే బిక్కమొఖం వేసుకొని కూర్చుని ఉన్నారు రాజన్న, ఓబులేసు మొదలైన చేనేతపనివారు. ఆ వారం కూలీ డబ్బులు తీసుకొని వెళ్లిపోవాలనే ఉద్దేశంలో ఉన్నారు వారు.

"ఏమీ శీనప్పా, ఈరోజు షెడ్డుకు మోపేడు తీసుకొని వచ్చావు? నీ చేతిలో ఆ సూటుకేసు ఏంది?" అన్నాడు మస్తాను.

"మస్తాన్, మీరెవ్వరూ పని నిలిపేయాల్సిన అవసరం లేదు. నా దగ్గరే ఎప్పటి మాదిరిగా పనిచేస్తా ఉండండి" చిరునవ్వుతో చెప్పాడు శీనప్ప.

"అదేందన్నా, అంటే నష్టాలొస్తావుణ్ణే నీ అంగడి అట్లనే నడుపదామనా?" అన్నాడు మస్తాను, ఆశ్చర్యంగా.

"లేదు, దుకాణం ఖాళీ చేస్తాను" అన్నాడు శీనప్ప.

"మరి ఈ సరుకంతా ఏడ అమ్ముతావు?" ఆశ్చర్యంగా అడిగాడు ఓబులేసు.

"దానికీ ఒక మార్గం ఆలోచించినానులే. ఈ సూట్‌కేసులో చీరలు, టవళ్లు, ధోతీలు పెట్టుకొని దగ్గర్లోని వూర్లూ, పల్లెలూ తిరిగి సరుకు అమ్ముకొస్తామని అనుకుంటూ ఉన్నా, ఇంకా చేనేత వస్త్రాలు కావాలని అడిగి తీసుకొనేవాళ్లు అక్కడక్కడా ఉన్నారు. అటువంటి మారాజులున్నంత కాలం ఈ వ్యాపారానికి డోకా లేదు" అని ఆత్మవిశ్వాసంతో అన్నాడు శీనప్ప.

20, నవంబర్, 2016 - ఆంధ్రప్రభ

మల్లన్న పాగా

ఆ ఇంట్లో నుండి 'టకటక మని' మగ్గం నేసే శబ్దం వినిపిస్తోంది. నడుములోతు మగ్గం గుంటలో దిగి మగ్గం పోగులపై నాడి కదుపుతూ, ఒడుపుగా మగ్గంపై వాటేస్తూ, జరీ చీర నేస్తున్నాడు శేఖర.

తలుపు కిర్రుమని శబ్దం చేస్తూ తెరచుకొంది. ఆయాసపడ్తూ లోనికి వస్తున్న తండ్రి భూషణాన్ని పట్టుకొని నడిపిస్తూ లోనికి తీసుకొచ్చాడతని చిన్నకొడుకు కేశవ. వుసూరుమంటూ మంచంపై కూలబడ్డాడు నాగభూషణం.

"నువ్విట్లరా" అని అన్నను పిలిచాడు కేశవ. మగ్గం గుంటలోంచి బయటకు వచ్చి కేశవతో బాటూ ఇంటి బయటకు నడిచాడు శేఖర.

"నాయనకేమీ బాగా లేదు. నెలా, రెండు నెల్ల కన్నా ఎక్కువ బతికేది కష్టమంటాడు డాక్టరు. ఆయన్ను బాగా చూసుకోమని చెప్పినాడు" చిన్నగా చెప్పాడు కేశవ. శేఖర దిగులుగా ఆలోచిస్తూ వుండిపోయాడు.

"నేను ఆసామి ఇంట్లో మగ్గం నేయను పోతావున్నా. నువ్వో, వదినో నాయన కాడ వుండండి" అని వెళ్ళిపోయాడు కేశవ. శేఖర దిగులుగా ఇంట్లోకి నడిచాడు. అప్పటికే అతడి తండ్రి భూషణం మంచంపై ఆయాసంతో మూలుగుతూ పడుకొని వున్నాడు.

* * *

శ్రీకాళహస్తిలోని సాలిపేట, భాస్కరపేటలలో ఐదువందలకు మించి చేనేత మగ్గాలున్నాయి. స్వగ్రామమైన ఏర్పేడు నుండి ముప్పై సంవత్సరాల క్రితం బతుకు తెరువు కోసం అక్కడికి చేరుకున్నాడు భూషణం. అనువంశిక వృత్తి ఐన మగ్గంనేత అతనికి బాగా తెలిసి వుండడంతో, మగ్గాలపై జరీచీరలు, పట్టుచీరలు నేయించి వ్యాపారం చేసే నీలకంఠయ్య అనే ఆసామి భూషణాన్ని పనిలో పెట్టుకున్నాడు. ఆసామి దగ్గర నూలు, జరీలు తీసుకొని చెప్పిన గడువులోగా చీరలు నేసి ఆసామికిచ్చి కూలీ తీసుకొనేవాడు భూషణం. కష్టపడే తత్వం బాగా వుండడంతోబాటు మట్కా, తాగుడు వంటి అలవాట్లేమీ లేకపోవడంతో ఆసామి నీలకంఠకు ప్రీతిపాత్రుడుగా మారాడు భూషణం. కొన్నాళ్ళకు నీలకంఠయ్యే భూషణానికి సంబంధం వెతికి పూర్ణ అనే అమ్మాయితో వివాహం

జరిపించాడు, కూడబెట్టిన డబ్బుతో బాటూ, తాను పనిచేసే ఆసామి దగ్గర కొంత అప్పు చేసి, సాలిపేట శివార్లలో ఒక చిన్న పెంకుటిల్లు సమకూర్చుకోగలిగాడు భూషణం.

కాలక్రమంలో భూషణానికి శేఖర, కేశవ అనే ఇద్దరు పిల్లలు పుట్టుకొచ్చారు. స్తోమత లేకపోవడంతో భూషణం కొడుకులిద్దరూ పదవ తరగతితో చదువుకు స్వస్తి చెప్పి మగ్గం పనిలోకి దిగారు. కొడుకు లిద్దరూ పుట్టాక ఆలస్యంగా పుట్టిన కూతురు రేవతి మాత్రం కొంత మేర చదువుకొని, తిరుపతిలో నర్సు ట్రైనింగు చేస్తూ వుంది. ఆమె పెళ్ళి కోసం కష్టించి కూడబెట్టిన సొమ్ము బ్యాంకులో భద్రంగా డిపాజిట్ చేశాడు భూషణం.

మగ్గం గుంతలో చీరలు నేస్తూ వున్నప్పుడు నిరంతరం తోడుగా వుండే దుమ్మూ, ధూళి సోకి, కొన్నాళ్లకు భూషణానికి ఆస్తమా దాపురించింది. మందులు వాడుతూనే మగ్గం పనికొనసాగించాడు. పులిమీద పుట్రలా నిరంతరం అతడి వెన్నంటే నిలిచిన అతని భార్య పూర్ణ హఠాత్తుగా గుండెపోటుతో మరణించింది. దానితో మరింత కుంగిపోయాడు భూషణం. కొడుకులూ, కూతురు ఎంత సర్దిచెప్పినా, మామూలు మనిషి కాలేకపోయాడు. దిగులుతో అతని జబ్బు మరింత ముదిరింది. వంట చేసుకుంటూనో, రాట్నంపై కండెలు చుట్టుకుంటూనో వినయ విధేయలతో వుండే భార్య జ్ఞాపకాలు నిరంతరం భూషణాన్ని బాధించసాగాయి.

మూడు నెలల నుండీ అనారోగ్యంతో మగ్గం పనికి వెళ్ళలేక ఇంటి వద్దే వున్నాడు భూషణం. ఇంట్లో వున్న మగ్గంలో అతడి పెద్ద కొడుకు శేఖర జరీచీరలు నేసి నీలకంఠయ్యకు ఇస్తూ వుంటే, మరోకొడుకు కేశవ మాత్రం ధర్మరాజనే మరో పట్టుచీరల వ్యాపారి ఇంటివద్ద వున్న మగ్గాల షెడ్లో మగ్గం నేస్తూ వున్నాడు. శేఖరకు రెండేళ్ళ క్రితమే పెళ్లయింది. అతడి భార్య అరుణ ఇంట్లో వంటా, వార్పూ చూసుకొంటోంది.

దగ్గు తెర ముంచుకు రావడంతో ఆయాసంతో వుక్కిరి బిక్కిరయ్యాడు భూషణం. మగ్గం గుంటలోంచి లేచి తండ్రి వద్దకు వచ్చి మంచినీళ్లు తాగించాడు శేఖర. మంచంపై తండ్రి పక్కన కూర్చున్నాడు. "బాబూ, శేఖరా, నీతో ఒక ముఖ్య విషయం చెప్పాలి" ఆయాసపడ్తూ అన్నాడు భూషణం. శేఖర ఆశ్చర్యంగా తండ్రి వంక చూశాడు.

"మీ చెల్లెలు రేవతి పుట్టినప్పుడు మీ అమ్మకు మూడో కాన్పు చాలా కష్టమైపోయింది. కడుపులో బిడ్డ అడ్డం తిరిగుండాదని, తల్లి ప్రాణాలకు కష్టమనీ చెప్పినారు డాక్టర్లు. దాంతో నేను భయపడి, కాన్పు సక్రమంగా ఐతే శ్రీశైలంలో మల్లన్నకు పట్టుపాగా సమర్పిస్తానని మొక్కుకుంటి. దేవుడి దయ వలన మీ అమ్మకు కాన్పు సరిగ్గానే జరిగి, ఆడపిల్ల పుట్టింది.

ఆ పాగా స్వంతంగా మగ్గంపైన నేసి తీసుకొనిపోవడానికి ఎనిమిదివేల దాక కర్చొస్తుంది. నూలు, జరీ, సప్పురీ అదీ కొనాలి గదా! ఎన్నిసార్లు డబ్బు చేర్చి పెట్టుకున్నా ఏదో ఒక ఖర్చు వచ్చి డబ్బు కర్చయిపొయ్యేది. డబ్బు చేతిలో వుంటే ఆసామికి భారీగా చీరల ఆర్డర్లు వచ్చేసుండి, పని ఒత్తిడి ఎక్కువగా వుండేది. దానితో ఈ వేల్టికి కూడా ఆ పాగా నేసి మల్లయ్య స్వామికి సమర్పించుకోలేకపోతిని నేను.

శివరాత్తిరి టయానికి కొందరు మగ్గాలోళ్లు ఆ పాగాను తీసుకొనిపొయ్యి, ముందుగా దేవస్థానం ఆఫీసులో అధికార్లను కలిసి, ఆ పాగా ఇస్తారు. పూజార్లు దానికి కుంకుమ, పసుపురాసి, దేవుడికి నివేదన చేసి, దేవుడి ముందుండే దీపాల చుట్టూ చుట్తారు. కొన్ని తూర్లు పాగా బాగా వుంటే దేవుడికే అలంకరిస్తారు.

ఎన్ని పన్లున్నా, నువ్వీ శివరాత్రికి ఆ పాగా తయారు చేసుకొని పోయి శ్రీశైలంలో మల్లయ్య స్వామికి సమర్పించాల! ఇది నా కడ కోరిక" అన్నాడు ఆయాసపడ్తూ భూషణం.

శేఖర నివ్వెరపోయాడు. కాసేపు ఆలోచించి "అట్టాగే నాయనా, ఎన్ని పన్లున్నా, ఆ పాగా తయారు చేసుకొని శ్రీశైలానికి పొయ్యొస్తానులే" అని తండ్రికి మాటిచ్చాడు. దానితో భూషణం నిశ్చింతగా వూపిరి పీల్చుకున్నాడు.

* * *

శివరాత్రికింకా ఇరవై రోజులే గడువుంది. శేఖర ఆ పాగా తయారు చేయడం గురించి ఆలోచించసాగాడు.

శేఖర పోస్టాఫీసు ఖాతాలో ఏడువేల దాకా వుంటుంది. మరొక వెయ్యి రూపాయలు ఎవరో ఒకరి దగ్గర చేబదులు తీసుకోవాలని అనుకున్నాడు.

శేఖర అడిగిన వెంటనే అతని మిత్రుడు నాగరాజు ఇంట్లోకి వెళ్ళి వెయ్యి రూపాయలు తెచ్చి శేఖర్‌కిచ్చాడు. కానీ మరొక నెల రోజులలోగా ఆ డబ్బు తనకు తిరిగి ఇచ్చేయాలన్నాడు.

శేఖర పక్క ఇంట్లో వుండే వెంకటేశ్వర్లు ఇంట్లో మరో మగ్గం వుంది. జకార్డు బిగించిన ఆ మగ్గాన్ని చాలా రోజులుగా వెంకటేశ్వర్లు వాడడం లేదు. మగ్గాల పని గిట్టుబాటు కావడం లేదని కొంత కాలంగా వెంకటేశ్వర్లు చీరలు కొని, వూర్లు తిరిగి ఇంటింటికీ వాటిని అమ్ముతూ వ్యాపారం చేసుకొంటున్నాడు.

వెంకటేశ్వర్లుకు చెప్పి, శేఖర ఆ మగ్గంలో పట్టు పాగా నేయడానికి పూనుకొన్నాడు. డిజైన్ల కోసం కావాల్సిన అట్టలను డిజైను అట్టలు తయారు చేసే మునస్వామి వద్ద కొని తెచ్చి జకార్డుకు బిగించాడు. పట్టునూలు, వార్పు, జరీ వగైరా కొనుక్కొని వచ్చి, పట్టుపాగా నేసే కార్యక్రమానికి పూనుకొన్నాడు.

భూషణం ఆరోగ్య పరిస్థితి నానాటికీ దిగజారుతూ వుంది. ఒక పక్క ఆయనను గమనించుకుంటూ మరొక పక్క మగ్గం నేస్తూనే వున్నాడు శేఖర. ఉదయం ఏడింటి నుండీ పదింటి వరకూ వెంకటేశ్వర్లు ఇంట్లో పట్టుపాగా నేసి, ఇంటి కొచ్చి భోజనం చేసి పదకొండింటి నుండీ తనకు ఆసామి అప్పగించిన చీరల తయారీని కొనసాగించసాగాడు. రోజూ చేసే పనికి అదనంగా మూడుగంటల పాటూ నేయడంతో అతనికి సాయంత్రమయ్యేసరికి ఒళ్ళు నొప్పులతో బాటూ జ్వరం కూడా వచ్చేలా వుండేది.

పట్టు పాగా నేసేది దేవుడికి సమర్పించడానికి కాబట్టి వుదయాన్నే లేచి స్నానం చేసి, వీబూది పెట్టుకొని శివుడికి పూజ చేసి, నైవేద్యం పెట్టి, హారతి కళ్లకద్దుకొని పనిలోకి దిగేవాడు. శేఖర భార్య అరుణ కూడా పూజ చేసి, శుచిగా వంట చేసి భర్తకు కావలసిన వస్తువులు అమిత శ్రద్ధతో తయారుగా వుంచేది. పాగా నేసినన్నీ రోజులు ఆ ఇంటిలోనివారు మాంసాన్ని దగ్గరకు రానీయక శాకాహారమే తీసుకోసాగారు.

ఇంకొక రోజులో పాగా నేయడం పూర్తవుతుంది అనుకొనేంతలో భారీ వర్షం కురువ సాగింది. రెండు రోజులైనా, వర్షం ఏకధాటిగా పడ్తూనేవుంది. ఆ ప్రాంతం పక్కనే చెరువు వుండడంతో వర్షపు నీరు మగ్గం గుంటలో ఇంకి పడుగూ, పేకా పూర్తిగా పాడైపోయాయి. ఆ నేత కోసివేసి, వృధాగా పారేయాల్సిన పరిస్థితి ఏర్పడింది.

శేఖర కేం చేయాలో దిక్కుతోచకుండా వుంది. 'ఇంత కష్టపడి నేస్తూ వున్న పట్టు పాగా పాడైపోయిందే' అని అతనికి ఒకటే దిగులుగా వుంది. శేఖర్‌తో బాటు అతని కుటుంబంలో మిగతా వాళ్లందరూ దిగులుతో కృంగిపోయారు.

శేఖర మేనమామ నారాయణవరంలో రుద్రయ్య అనే ఆయన వున్నాడు. ఆయన కూడా నాలుగు మగ్గాల్లో పంచెలు, టవళ్లు నేయిస్తూ వుంటాడు. కాళహస్తిలో భారీ వర్షం కురిసిన విషయం తెలుసుకొని మేనల్లుడు శేఖర్‌కు ఫోన్ చేసి అక్కడి మగ్గాల పరిస్థితి అడిగాడు రుద్రయ్య. జరిగిన విషయం మామకు వివరించాడు శేఖర.

"నువ్వేం కంగారు పడద్దు శేఖరా, నా మగ్గాల్లో ఒకటి ఖాళీగానే వుంది. నువ్విక్కడి కొచ్చి ఆ మగ్గంలో పాగా తయారు చేసుకో. నువ్వు రాలేనంటే నేనే దాన్ని నేయిస్తాను. ఇక్కడి మగ్గాల్లో నీళ్లేమీ చేరలేదులే" అన్నాడు రుద్రయ్య.

దేవుడికి తాను స్వంతంగా పట్టు పాగా తయారు చేసి సమర్పిస్తేనే ఫలితం దక్కుతుందని శేఖర్ అభిప్రాయం. అదే విషయం చెప్పాడు రుద్రయ్యకు.

"సరే, నువ్విక్కడికే వచ్చి మగ్గం నేసుకో. పట్టు, జరీ అవీ కొనాలంటే నేను డబ్బు సర్దుతాలే." అన్నాడాయన. శేఖర్ మనసు కుదుట పడింది.

శేఖర్ మరుసటిరోజు పొద్దున్నే నారాయణవరం ప్రయాణమయ్యాడు. శ్రీకాళహస్తిలో మగ్గాల నేతకు మరో వారం రోజులు వాతావరణం సహకరించదు.

ఇదివరలో తిరుపతిలోని ఆర్.కె. సిల్క్స్ అనే బట్టల షాపు యజమాని రాజా ఒకసారి కాళహస్తిలో తమ బంధువులింటికి వచ్చి పక్కనే వున్న కొన్ని మగ్గాలను చూస్తూ శేఖర్ ఇంటికి వచ్చాడు. ఆ సమయంలో శేఖర్ ఒక ప్రత్యేకమైన పట్టుచీర నేస్తున్నాడు. నాగుల చవితి సమయంలో స్త్రీలు పాములపుట్టలో పాలు పోసి పూజ చేసేటప్పుడు కట్టుకొనే పట్టుచీర అది. అది రాజాకు బాగా నచ్చడంతో అలాంటివే కొన్ని తయారు చేసుకొని, ఎప్పుడు తన షాపు కొచ్చినా మంచి ధర చెల్లించి వాటిని కొనుక్కోగలనన్నాడు. శేఖర్ వాటికి కావలసిన పట్టు, జరీకొని సమయం దొరికినప్పుడల్లా నేస్తూ వచ్చాడు. వారం క్రితమే ఐదువేలు ధర పలికే రెండు చీరలు తయారు చేసి బీరువాలో వుంచాడు. దారిలో వాటిని రాజా షాపులో ఇచ్చి డబ్బు తీసుకుంటామని ఆ చీరలను బేగ్‌లో వుంచుకొని బయల్దేరాడు. కానీ రాజా ఇచ్చిన విజిటింగ్ కార్డు ఎక్కడో పారేసుకోవడంతో ఫోను చేయడం కుదరలేదు. తిరుపతిలోని షాపు అడ్రస్ మాత్రం గుర్తుంది లీలగా.

బస్సు తిరుపతి చేరుతూ వుండగా, శేఖర్‌కు మేనమామ నుండి ఫోన్ వచ్చింది.

"నాకు డబ్బిస్తానన్న పార్టీ ఆరోగ్యం బాగా లేక నిన్న చెన్నై ఆసుపత్రిలో చేరాడట. నా డబ్బు వారం తరువాత ఇస్తానన్నాడు. కాబట్టి నువ్వు డబ్బు అడ్జెస్టు చేసుకొనిరా" అన్నాడాయన, తాపీగా.

శేఖర్ ఆందోళన పడ్డాడు. కానీ 'ఎలాగూ బట్టలషాపు ఓనరు రాజా తాను తెచ్చిన పట్టుచీరలు తీసుకొని డబ్బిస్తాడు కదా! చీర తయారీకి ఆ డబ్బు వాడుకోవచ్చు" అనుకున్నాడు మనసులో.

షాపు చిరునామా గుర్తుకు తెచ్చుకొని అక్కడకు వెళ్లాడు శేఖర్. ఆ బట్టల కొట్టు కస్టమర్లతో కిటకిటలాడుతూ వుంది. కానీ రాజా లేడక్కడ. అక్కడ పనిచేసే గుమాస్తాను రాజా విషయం అడిగాడు శేఖర.

"రాజన్న ఫామిలీతో నిన్న వుదయమే కాశీ, హరిద్వార యాత్రకు వెళ్లాడు. ఆయన తిరిగొచ్చే దానికింకో పది రోజులపైనే పట్టుంది" తాపీగా చెప్పాడతను.

శేఖర్ ఖంగు తిన్నాడు. రాజాకు ఫోన్ చేశాడు. "తాను యాత్రల నుండి తిరిగొచ్చాక, ఆ చీరలనుచూసి బాగుంటే తీసుకుంటానని" చెప్పాడు రాజా. శేఖర్ నిస్సహాయంగా వెనుతిరిగాడు.

'ఇంటికి తిరిగి వెళ్లిపోదామా?' అనుకొనేంతలో అతనికి తన చిన్ననాటి క్లాస్‌మేట్

నారాయణ తిరుపతిలో కెనరా బ్యాంకు మేనేజరుగా పని చేస్తూ వున్నట్లు గుర్తొచ్చింది. ఒకసారి కాళహస్తిలో శేఖరకు కనపడి తిరుపతి వస్తే తనను కలవమన్నాడు.

కెనరా బ్యాంకు వెతుక్కొని వెళ్లి నారాయణను కలుసుకోమన్నాడు శేఖర్. పని ఒత్తిడిలో వున్న నారాయణ శేఖర్‌ను పావుగంట వేచి వుండమని, తరువాత తాపీగా అతడెందుకొచ్చాడో అడిగాడు.

శేఖర్ తాను వచ్చిన పని చెప్పి, పట్టుపాగా నేసేందుకొక ఎనిమిది వేలు సమకూర్చమనీ, నెల రోజుల్లో తాను ఆ డబ్బు తిరిగిచ్చేస్తాననీ అన్నాడు.

నారాయణ బుర్ర గీక్కొని, "ఈ నెల నాకు జీతంలో పెద్ద మొత్తం ఇన్కంటాక్సు రూపంలో కటౌతూ వుంది. నీకు డబ్బు సర్దలేను సారీ" అన్నాడు.

శేఖర్ నిరాశగా నిట్టూర్చి బయల్దేరబోయాడు. అతని చేతిలోని లెదర్ బేగ్‌ను గమనించి, 'ఏమిటా సంచీ?' అన్నాడు నారాయణ. శేఖర్ లెదర్ బేగి జిప్ తీసి, తాను నేసి తెచ్చిన పట్టుచీరలను చూపించాడు నారాయణకు.

"నాగుల చవితి చీరలా? మా ఆవిడకూ, మా అత్తగారికీ అటువంటి స్పెషల్ అకేషన్ చీరలంటే ఇంట్రెస్టు. నువ్వు మా ఇంటికి వెళ్లి ఆ చీరలను మా ఆవిడకు చూపించి, ఒక వేళ కొంటుందేమో చూడు, నేను ఫోన్ చేసి చెబుతాను" అన్నాడు నారాయణ.

శేఖర్ 'అట్లే' అని నారాయణ ఇంటికి వెళ్ళాడు.

నారాయణ భార్య లక్ష్మి, ఆమె తల్లి అనసూయమ్మ శేఖర్ తెచ్చిన చీరలను చూశారు.

"నాగులచవితి చీరలా, బాగున్నాయి నాయనా, ఎలాగూ వచ్చేది శివరాత్రి కదా, శివరాత్రి రోజు కూడా పుట్టలో పాలు పోసే ఆచారం మాకుంది. ఇంతకూ, ఎంతకిస్తున్నావు ఆ చీరలను?" అని అడిగింది అనసూయమ్మ దర్పంగా. శేఖర వాటి వెల చెప్పాడు.

"ఓయమ్మ, ఐదువేలంటే చాలా ఎక్కువ కదా నాయినా, ఏదో మా వాడి ఫ్రెండువని నీ దగ్గర కొనేదంతే, నాలుగు వేలు మించి ఈలేము. నీకిష్టమైతే ఇవ్వు, లేకపోతే వెళ్లిపో' అన్నదామె లేచి నిలబడి. నారాయణ భార్య లక్ష్మి కూడా తల్లికి వంత పాడింది.

"నాలుగు వేలంటే అసలు రేటు కూడా రాదమ్మగారూ, నష్టానికి అమ్ముకోవాల్సి వస్తుంది" దిగులుగా అన్నాడు శేఖర్. కానీ ఆమె ససేమిరా తాను చెప్పిన రేటుకి దిగిరాలేదు.

"పోనీలే, ఏదో ఒక రేటుకు ఈ చీరలు అమ్ముకుంటే పట్టుపాగా తయారీకి, శ్రీశైలం ప్రయాణానికీ సొమ్ము గిట్టుబాటౌతుంది" అనుకొని శేఖర్ ఆ పట్టుచీరలు వారికిచ్చి ఎనిమిదివేలు రొక్కం తీసుకున్నాడు. ఎరుపు, నలుపు రంగులలో మేలిమి పట్టుతో కళాత్మకమైన అంచులతో తయారైన పట్టు చీరలను చవగ్గా కొనుగోలు చేసినందుకెంతో

మురిసిపోయారు ఆ తల్లీకూతుళ్లు.

శేఖర్ నారాయణవరం చేరేసరికి మధ్యాహ్నం మూడు దాటింది. అతని కోసం కాచుకొని వున్న రుద్రయ్య శేఖర్‌కు టీ తెప్పించి, మగ్గాన్ని చూపించాడు. మేనమామతో వెళ్లి శేఖర్ పట్టుపాగాకు కావలసిన రేషం, జరీ, వార్పు వగైరాలు తెచ్చుకున్నాడు.

శివరాత్రికింకా రెండు రోజులే గడువుంది. శేఖర్ రాత్రి పదకొండింటి వరకూ మగ్గం నేసి, మళ్లీ పొద్దున్న నాలుగింటికే నిద్ర లేచి, స్నానం చేసి పూజ చేసుకొని మగ్గం పనిలో దిగాడు. కాళ్లతో ఆణ బలంగా తొక్కుతూ చేతులతో మగ్గం వాటు నేస్తూ, పోగులపై నాడి అటూ, ఇటూ కదుపుతూ వేగంగా మగ్గం నేయసాగాడు. పన్నెండడుగుల పాగా తయారవడానికి మధ్యాహ్నం పదకొండు వరకూ పట్టింది. శేఖర్ పాగాతో కాళహస్తికి బయల్దేరాడు.

శేఖర్ కాళహస్తి చేరేసరికి అతడి భార్య ప్రయాణానికి బట్టలు సర్దుకొని సిద్ధంగా వుంది. తండ్రి బాధ్యతను తమ్ముడికి అప్పగించి, భార్యతోబాటు బస్సులో శ్రీశైలం బయల్దేరాడు శేఖర్. వారు శ్రీశైలం చేరేసరికి రాత్రి బాగా పొద్దుపోయింది. ఒక సత్రంలో ఆ రాత్రి తలదాచుకొని, మర్నాడు వుదయం దేవస్థానం వారి ఆఫీసుకు వెళ్లాడు శేఖర్ పాగాతోబాటు.

"సూపరెండెంటు పనుల మీద తిరుగుతున్నాడు. ఆయన్తో మాట్లాడు" ఆఫీసులో అటెండరు చెప్పాడు శేఖర్‌తో. శివరాత్రి ఏర్పాట్లలో సిబ్బంది తల మునకలుగా వున్నారు. శ్రీశైలమంతా భక్తులతో కిటకిటలాడుతూ వుంది. 'హరోం హర' అని శివనామం మారుమ్రోగుతోంది. పదకొండింటికి వచ్చాడు సూపరెండెంటు.

"పాగానా? వీల్లేదయ్యా, ఇప్పటికే ఇద్దరు, ముగ్గురు ఈ పాగాలు నేసుకొని దేవుడికియ్యాలని వచ్చారు. ఇంత లేటుగానా వచ్చేది?" అని శేఖర్‌పై చిందులు తొక్కాడు సూపరెండెంటు. శేఖర్ ఎంత బతిమలాడినా వినేదు. నిరాశగా వెనుదిరిగాడు శేఖర్. "ఎట్లా ఇంత దూరం వచ్చాం కదా, దర్శనం చేసుకొనిపోతాం" అందతడి భార్య అరుణ. గుడిలోకి భక్తుల క్యూలైను చాంతాడంత వుంది. దాని చివర నిలబడ్డారు శేఖర్, అరుణ దిగాలుగా. శేఖర్ కేం చేయాలో పాలుపోలేదు. 'ఇంట్లోకెళ్లి తండ్రికేమి సమాధానం చెప్పాలి?' అనుకున్నాడు బాధగా.

"ఏమయ్యో, నిన్నే" ఎవరో పిలవడంతో వులిక్కిపడ్డాడు శేఖర్. వీఐపీల క్యూలో నుండి గుడి బయటకు వస్తున్నారు. లక్ష్మి, అనసూయమ్మ, సఫారీ సూట్‌లో మరో ముసలి వ్యక్తి. ఆడవాళ్లిద్దరూ శేఖర్ అమ్మిన పట్టుచీరలే కట్టుకొని వున్నారు.

"నువ్వు తెచ్చిన చీరలే మా చెల్లెలు కూడా కావాలంది. ఈసారి ఇంకో రెండు తెచ్చియ్యి. పోయినసారి ఎక్కువిచ్చాను. ఈసారి మూడున్నర వేలకన్నా ఎక్కువియ్యను" అంది అనసూయమ్మ. శేఖర్ వచ్చిన పని కనుకొన్నాడు సఫారీ సూట్‌వాలా. ఆయన లక్ష్మి తండ్రి పరమేశ్వరరావట. ఆయన ఎండోమెంట్ శాఖలో పెద్ద ఆఫీసరు. పట్టుపాగా చూసి శేఖర్ పనితనానికి మెచ్చుకొని వెంటనే ఈవోకు ఫోన్ చేసి శేఖర్ గురించి చెప్పాడు. కాసేపటికి క్యూలైన్ చివర్లో వున్న వాచ్‌మేన్ శేఖర్‌నూ, అరుణనూ గుడిలోకి తీసుకెళ్లాడు.

పట్టుపాగాకు కుంకుమ, పసుపు పూసి, దేవుడిపై కప్పి, శేఖర్‌ను, అరుణను దీవించారు. పూజారులు. అదుర్తున్న గుండెలతో దేవుడికి నమస్కరించి, ప్రసాదం తీసుకొని, ఆఫీసులో దేవస్థానం వారిచ్చిన పారితోషికంతో వెనుతిరిగారా దంపతులు.

శేఖర్ కాళహస్తికి చేరేసరికి అతడి తండ్రి భూషణం పరిస్థితి సీరియస్‌గా వుంది. ఎగశ్వాస, దిగశ్వాసతో కొట్టుకుంటున్నాడాయన. తండ్రి నుదుట శ్రీశైలం గుడి నుండి తెచ్చిన వీబూది పెట్టి పాగా దేవుడికలంకరించిన విషయం చెప్పాడు శేఖర్. ఆయన మొఖం ఆనందంతో విప్పారింది. భూషణం గుండెలు ఎగసిపడ్డాయి. కొద్ది క్షణాల్లోనే ఆ నేతగాడి శ్వాస ఆగిపోయింది.

ముసురు

ఆకాశానికి చిల్లులు పడ్డట్టు వేయి ఏనుగులు తొండాలతో చిమ్మినట్లుగా కుండపోతగా ఒకటే వర్షం.

రెండు రోజుల నుండి ముసురు పట్టిన ఆకాశం. బంగాళాఖాతంలో వాయుగుండమో, నైరుతి రుతుపవనమో తెలియదు మునెయ్యకు. అతనికి తెలిసిందల్లా రెండు రోజుల భారీ వర్షానికి తొగటపల్లె చెరువు పూర్తిగా నిండిపోయి కట్ట తెగడానికి సిద్ధంగా వుందని.

ఎదురింటి నుండి పరుగెత్తుకొని వచ్చి పెంకుటింట్లోకి దూరేసరికే పూర్తిగా తడిసిపోయాడతని కొడుకు గోపి. ఒక ప్లాస్టిక్ కవర్‌లో ఏదో దాచుకొని తీసుకువచ్చాడు.

"ఏమిరా! బియ్యం సుజాత వాళ్లింటినుండి తెచ్చినావా?" అడిగింది మునెయ్య భార్య ఇందిర.

తెచ్చానని వాడు తల ఊపి, తాను తెచ్చిన బియ్యాన్ని నేలపై ఉన్న చేటలో కుప్పగా పోశాడు. ఇందిర ఆ బియ్యాన్ని చేటలో చెరగసాగింది.

మునెయ్య ఇంటిలో ఒక మూల జకార్డు అట్టలు బిగించిన మగ్గం వుంది. ఆ మగ్గంలో మునెయ్య నేస్తున్న వెంకటగిరి బుటాచీర పూర్తికావస్తోంది. కానీ ఆ మగ్గం గుంటలో నీళ్లు వూరి పైవరకు వచ్చేస్తూ వున్నాయి. మునెయ్య ఇల్లు వున్న చేనేత కాలని పల్లపు ప్రాంతంలో వుంది. అక్కడ వర్షం పెద్దగా వస్తే నీళ్లు వూట వూరి, మగ్గంపై వున్న పడుగు పాడైపోతుంది. ఎనిమిది చీరల సాపు పూర్తయ్యేవరకూ మగ్గంపై వున్న నేత కోసి, చీరలు కోయడానికి సాధ్యపడదు. మునెయ్య అప్పటికి ఆరు చీరలు నేసి, ఏడవ చీర నేస్తూ వున్నాడు. ఇప్పుడు వూరుతున్న నీటివూట వల్ల మగ్గంపై వున్న చీరే కాక, మిగతా ఆరు చీరలు పాడైపోయే ప్రమాదం వుంది.

"చెరువుకట్ట తెగితే, నీళ్లు ప్రవాహంగా కాలనీలోకి వచ్చేస్తాయి. అప్పుడు పడుగూ, పేకలతోబాటూ మగ్గాలూ, ఇళ్లూ కూడా ధ్వంసం కావచ్చు" అనుకున్నాడు. మునెయ్య దిగులుగా.

మునెయ్య పక్క ఇంట్లో వున్న గెడ్డెప్ప తలపైన ఒక తుండుగుడ్డ వేసుకొని పరుగులాంటి నడకతో మునెయ్య ఇంట్లోకి వచ్చాడు.

"ఏం మునిబావా, మోడాలు పోయ్యేట్లుగా లేవు. నేత నాశినమయ్యేట్టుగా వుండాది" అన్నాడు భయంతో రెడ్డెప్ప.

"నాశినమయ్యేది కాదు. ఇప్పటికే పూర్తి నాశినమయ్యే వుండాది" అన్నాడు మునెయ్య నిర్వికారంగా.

"ఊర్లో నూరు మగ్గాలుండాయి. ఈ దెబ్బతో మొత్తం పడుగు, పేక మటాషే. ఇంట్లో ఏమైనా నూలు, జరీ, వార్పులుంటే అటకమీదికి తోసెయ్యి" అన్నాడు రెడ్డెప్ప.

"ఉండే అరా, కొరా అటకమీదే వుండాయి. ఈ వెల్లువ దొంగోడొచ్చినట్లు ఎప్పుడో ఇంట్లోకి దూరేస్తుంది" అన్నాడు మునెయ్య.

"నేను ధర్మవరం పట్టుచీర నేస్తావుండా. కాస్ట్లీ ఐటము, ఈ వానలకు ఏమౌతాదో, ఏమో! ఆసామి తీసుకుంటాడో లేదో అని ఒకటే భయంగా వుండాది' అన్నాడు రెడ్డెప్ప.

మునెయ్య, రెడ్డెప్ప లాంటి చేనేత కార్మికులకు పడుగు, పేక, జరీ ఇచ్చి వారితో చీరలు నేయించే షావుకార్లు ఆ పల్లెలో ఇద్దరున్నారు.

మరో ఇద్దరు ఆసాములు పక్కనుండే చిన్నపాటి పట్టణంలో వుంటూ ఆ పల్లెలో కొన్ని మగ్గాల్లో చీరలు నేయిస్తూవున్నారు. నేతగాళ్లు ఆ చీరలు నేశాక, వారికి కూలీలిచ్చి, ఆ చీరలు ఆసాములు తీసుకువెళ్లి, కార్లలో బెంగళూరు, హైదరాబాద్ లాంటి పట్టణాలకు తీసుకెళ్ళి అక్కడ దుకాణదారులకు లాభసాటి బేరానికి అమ్ముకుంటూ వుంటారు. ఆ షాపులవాళ్లు తమ లాభాన్ని చేర్చుకొని, వినియోగదారులకు అమ్ముకుంటూ వుంటారు. దళారీలు లాభపడినా, మునెయ్యలాంటి చేనేత కార్మికుల పరిస్థితి 'ఎక్కడ వేసిన గొంగళి అక్కడే' లా వుంది.

మునెయ్య కొడుకు మగ్గం గుంటలో వూరిన నీళ్లు ఒక చెంబుతో తోడి, ఇంటిబయట పారవేసి రాసాగాడు. కానీ ఎంత తోడినా ఆ మగ్గం గుంటలోకి పాతాళగంగలా నీళ్లు వుబికి వస్తూనే వున్నాయి.

"మా ఆసామి మగ్గం గుంటలో సిమెంటు వేసి ప్లాస్టరింగ్ చేయించకూడదా? అని అడుగుతున్నాడు" అన్నాడు, రెడ్డెప్ప.

మునెయ్య అతని వంక నిర్వికారంగా చూశాడు.

"రెడ్డెప్ప మాట్లాడుతున్నది ఆచరణయోగ్యం కాదని అతనికీ తెలుసు" అనుకున్నాడు.

"పద. ఒకసారి పొయ్యి మనోళ్లందర్నీ చూసేసొస్తాం" అన్నాడు రెడ్డెప్ప.

మునెయ్య చూరుకు కట్టిన తాడుకు వేలాడదీసిన గొడుగును తీసుకొని, రెడ్డెప్పతోబాటూ వానలోనే బయలుదేరాడు.

అందరిళ్లలోనూ ఒకటే పరిస్థితి. మగ్గాలోళ్ల ఇళ్లన్నీ పల్లపు ప్రాంతంలో వుండడంతో అందరిళ్లలోనూ నీటివూట కనిపిస్తోంది. కొంచెం ఎక్కువ.. తక్కువగా. అందరిళ్లలో నూలు, జరీ, మగ్గంపై వున్న నేత పాడైపోయి వున్నాయి. అందరి మొఖాల్లో ఆరాటం. "ఆసామి తాము వేసిన చీరలు తీసుకొంటాడో? లేడో" అన్న ఆదుర్దా కనిపిస్తోంది.

ఒకవేళ షావుకారు ఆ చీరలను తీసుకోకపోతే, తమకు వాటిని నేసినందుకు కూలి కూడా దక్కదు. ప్రకృతి బీభత్సానికి తామే మూల్యం చెల్లించాలి.

ప్రజల్లో ఎక్కువ మంది మిల్లులనుండి తయారయ్యే గుడ్డలను కొంటూ తాము తయారు చేసే చీరలు, పంచెలు, ధోతీల్లాంటి వాటిపై తిరస్కారభావం చూపుతూ వున్నారు. ప్రభుత్వమూ భారీగా చిలప నూలును ఎగుమతి చేస్తూ నూలు, రేషం (సిల్కు నూలు) ధరలను ఇబ్బడి ముబ్బడిగా పెరిగేలా చేస్తోంది. నూలురేట్లు పెరిగినట్లు చేనేత కార్మికులకు మజూరీలు, చీరల ధరలు పెరగడంలేదు. ఫలితంగా చేనేత మగ్గంపై ఆధారపడి జీవించే కార్మికుల పరిస్థితి దుర్భరంగా తయారైంది.

నేతకారులు చాలా మంది దగ్గర్లో వున్న పట్టణాలకు వలసపోయి చిన్న హోటళ్లలో పని చేస్తూనో, ఆటోలు తోలుకొంటూనో కాలం గడుపుతూ వున్నారు. చదువుకున్న యువకులు ఉద్యోగాలు దొరక్కపోయినా, అనువంశిక చేనేతలోకి రావడం లేదు.

అందరి మొఖాల్లో నైరాశ్యం, దిగులు గూడు కట్టుకొనివున్నాయి.

వర్షం తెరపి ఇచ్చాక, ప్రభుత్వం మగ్గాల్లో నష్టపరిహారానికి సర్వే చేయించింది. అన్ని కుటుంబాలకూ పాతిక కేజీల బియ్యం, నూనె, చక్కెర ఇచ్చారు. నష్టపరిహారం డబ్బు రూపంలో పొందిన కుటుంబాలు తక్కువ. నూలు మగ్గంనుండి వేరు చేసి ఇచ్చినవారికి నాలుగువేల రూపాయలు చెల్లించారు. మిగిలినవారు ఆసామి తమ చీరలను కొనుగోలు చేస్తాడేమోనన్న వుద్దేశంతో నూలు, నేత మగ్గంనుండి వేరు చేయలేదు.

చీరలు కొనే షావుకార్లు రెండు రోజుల తరువాత పల్లెకు వచ్చారు. చాలా మంది ఇళ్లల్లో నేతను పరిశీలించి, వర్షం తాకిడికి దెబ్బ తినని చీరలకే కూలీ చెల్లించి తీసుకొన్నారు. పాడైపోయిన చీరలకు ఎటువంటి కూలీ ఇవ్వలేదు. వాటిని కార్మికులు కుప్పగా పోసి తగలబెట్టేశారు. అందరికీ అరకొరగా ప్రతిఫలం దక్కింది.

కుళ్లాయప్ప ఇంట్లో వానకు చూరు కూలి, అతని మగ్గం పూర్తిగా దెబ్బతిన్నది. ప్రభుత్వం చెల్లించిన పది వేలతో కొత్త మగ్గం రాదు. షావుకారు అతనికి ఎటువంటి సాయమూ చేయలేదు. కుళ్లాగుస్ప పాపం దిక్కుతోచని పరిస్థితిలో వుండిపోయాడు. "ఈ ముసురు పట్టింది ఆకాశానికి కాదు, తమ జీవితాలకు" అనుకున్నాడు, మునెయ్య.

మునెయ్య నేసిన చీరలలో ఆరు బాగానే వున్నా, వర్షం తాలూకు చెమ్మకు అవి మెత్తబడి, పలచగా కనిపిస్తూ వున్నాయి. వాటికి మళ్లీ పాలిషింగ్ చేయించి గంజి పెట్టి బాగు చేయాలి. ఆసామి వాటికి సగం కూలీ కూడా ఇవ్వలేదు. మిగిలిన రెండు చీరలకు అసలు మజూరి ఇవ్వలేదు.

ఆ నెల మజూరి డబ్బులతో కొడుక్కు ప్రైవేట్ స్కూల్లో ఫీజు కట్టి చేర్చాలనుకున్నాడు, మునెయ్య. 'కొడుకైనా మంచి చదువులు చదివి బాగుపడనీ' అనుకున్నాడు. కానీ ఈ వర్షం అతని ఆశలపై దెబ్బ కొట్టింది. కొడుకు గోపిని ప్రభుత్వ పాఠశాలలోనే ఆరవ తరగతిలో వేశాడు మునెయ్య. గోపి అక్క శాంత ఎనిమిదో క్లాసు గవర్నమెంటు స్కూల్లోనే చదువుతూ వుంది. స్కూలు పూర్తయ్యాక పడుగు తోడడం, కండెలు చుట్టడం - ఇలా చిన్న చిన్న పనులు చేస్తూ తండ్రికి సాయపడ్తోంది. ఆ సాయంత్రం మునెయ్య అల్లు పట్టేందుకు నూలుకట్టలు తీసుకొని పోతూవుంటే అతనికి పొలం నుండి తిరిగొస్తున్న రైతు రామిరెడ్డి కనిపించాడు. రామిరెడ్డి మొఖంలో సంతోషం వెల్లివిరుస్తోంది.

"ఏం రెడ్డీ! మంచి వుషారుగా వుండావే"! అని పలకరించాడు మునెయ్య.

"మొన్ననే నాట్లు వేసినాం, ఈ వానలకు ఈ ఏడు టమేట బాగా కాపు వచ్చేట్టుగా వుండాది" అన్నాడు రెడ్డి నవ్వుతూ.

"పోనీలే, ముసురు తనలాంటి వాళ్ల జీవితాల్లో విషాదం నింపినా, కొందరి జీవితాలైనా బాగు చేసింది" అని మనసులో అనుకొన్నాడు మునెయ్య.

06, నవంబర్, 2016 - వార్త

అసుర సంధ్య

'బత్తలపల్లి' పసుపు పచ్చటి బోర్డుపై నల్లటి అక్షరాలు తళతళా మెరుస్తూ వున్నాయి. చిరకాలం నుండీ పోట్లాడుకుంటూ వున్న భార్యాభర్తల్లా రైలుపట్టాలు ఎడమొహం, పెడమొహంలా కనిపిస్తూ వున్నాయి.

ఆ చిన్ని స్టేషను ప్లాట్‌ఫామ్‌పై వెయిటింగు రూము అనబడే శిథిలావస్థలో వున్న గదిలో ఒంటరిగా, విసుగ్గా కూర్చుని వున్నాడు కవి. అతని అసలు పేరు అతనెప్పుడో మరచిపోయాడు. తరచూ పత్రికల్లో కవితలు రాస్తూ వుండడంతో అతని మిత్రులు అతనికి 'కవి' అని పేరు పెట్టారు. కవికి కవిత్వం తప్ప ఇంకేమీ తెలియదు. బతుకుతెరువు కోసం స్కూలు మాస్టారు వుద్యోగం చేస్తూవున్నాడు. ముప్పైఏళ్ల నుండీ కవితలు రాస్తూ వున్నా తనకు రావలసిన గుర్తింపు రాలేదని అతని నిశ్చితాభిప్రాయం. రెండేళ్ల నుండీ ఆ ప్రాంతంలో నివసిస్తూ వున్న కవులను ఇంటర్వ్యూ చేసి ఆ ఇంటర్వ్యూలను ఒక స్థానిక పత్రికకు ఇస్తూ వున్నాడు. నెలనెలా ఆ పత్రికలో తన వ్యాసాలూ, కవితలూ ప్రచురింపబడడం కవికి అమిత ఆనందాన్ని కలగజేస్తూ వుంది. ఆ పల్లె ప్రాంతానికి ఒక ముసలి కవిని ఇంటర్వ్యూ చేయడానికే వచ్చాడు కవి. ఇంటర్వ్యూ ముగించుకొని తమ వూరికి వెళ్లే పాసింజరు రైలు కోసం అర్ధగంట నుండీ వెయిట్ చేస్తూ వున్నాడు. మరో గంట వరకూ ఆ రైలు రాదని ఎంక్వైరీలో అడిగితే చెప్పారు. ప్లాట్‌ఫారమ్‌పై నలుగురైదుగురు ప్రయాణీకులు తప్ప ఎవ్వరూ లేరు.

ఎండగా వున్న వాతావరణంలో హఠాత్తుగా మార్పు చోటుచేసుకుంది. పడమర దిక్కుగా దట్టంగా మోడాలు కమ్ముకున్నాయి. చూస్తుండగానే టపటపా చినుకులతో జడివాన ప్రారంభమయ్యింది. వర్షాన్ని చూస్తూ వుంటే కవిలో భావావేశం వుప్పొంగింది. వర్షంపై కవితను రాయడానికి తన నోటు బుక్కు, పెన్ను తీసుకున్నాడు. ఇంతలో తలమీద పడ్డ వర్షపు నీటిని భుజాన వున్న తుండుగుడ్డతో తుడుచుకుంటూ ఆ గదిలోకి ఒక బడుగు జీవి ప్రవేశించాడు. మాసిన పంచె, బొత్తాలూడిన తెల్లచొక్కా, రేగిన జుట్టూ, భుజాన గుడ్డ సంచీతో వున్న ఆ అగంతకుని చూస్తే కవికి సదభిప్రాయం కలగలేదు. ఆ యాభైఏళ్ల వ్యక్తి గట్టిగా నిట్టూరుస్తూ కవి ముందున్న చెక్కబెంచీపై కూలబడ్డాడు.

కవి ఏకాంతాన్ని ఛేదిస్తూ ఆ వ్యక్తి 'టైమెంతైందినా' అని చిన్నగా ప్రశ్నించాడు. కవి తిట్టుకుంటూ వాచీని చూసి టైం చెప్పాడు. తిరిగి కవిత ప్రారంభం గురించి ఆలోచించసాగాడు. ఆ వ్యక్తి ఈసారి 'పేసింజెరే ఏళకి దిగబడుతుందో' తనలో తాను గొణుక్కుంటూ వున్నట్లుగా అన్నాడు. కవికి చిర్రెత్తుకొచ్చింది. 'ప్లాట్‌పారమ్‌పై అన్ని ఖాళీ బెంచీలుండగా ఈ దరిద్రుడు తన ముందే ఎందుకు కూలబడ్డాడట' అనుకున్నాడు కోపంగా.

వర్షపుజోరు ఎక్కువైనట్లు ఇనుప పట్టాలపై టపటపా పడుతున్న వానశబ్దాల వలన తెలుస్తూనే వుంది. కాసేపటికే ఏనుగు తొండాలతో కురిపించినట్లు హోరువాన ప్రారంభమైంది. దట్టంగా చీకట్లు కమ్మిన ఆకాశంలో మెరుపులు దీపావళి నాటి తారాజువ్వల వెలుగును జ్ఞప్తికి తెస్తూ వున్నాయి. మిణుకు మిణుకు మంటూ వున్న గదిలోని లైటు ఆరిపోవడంతో కవికి తన పుస్తకం మూసిపెట్టక తప్పలేదు.

"ఇయ్యాళ ఈ రైలు అందకపోతే నా పేనాలు పోయినట్టే యాడ తరుముకోనొస్తా వుండారో ఏమో. దొరికితే ముక్కలు ముక్కలు జేసాస్తిరీ కటికోళ్లు" తనలో గొణుక్కుంటూ అన్నాడా ముసలాయన.

కవికి ఆ వ్యక్తి జీవితం గురించి తెలుసుకోవాలన్న తపన క్షణకాలం పాటూ కలిగింది. అతని గురించి 'బడుగు జీవి' అన్న కవిత రాస్తే? అంతలోనే కవి పెదవి విరిచాడు. తాను అభ్యుదయ కవి కాదు. భావకవి. ఈ దురదృష్టవంతుడి సొదంతా తనకెందుకులే' అనుకున్నాడు మనసులో.

"మేము మగ్గాలోల్లం సామీ. నా పేరు ఎంకటేసులు" కవి అడక్కుండానే తన సొద ప్రారంభించాడా మాసిన పంచెలోని మనిషి. మాది మల్లేపల్లి, చుట్టింట్లో మగ్గమేసికోని నేను, నా బారియా హాయిగానే వుంటిమి" కవిపైన ఆకాశంలోకి చూస్తున్నట్లు చెప్పాడు.

కవి విసుక్కుంటున్నట్లుగా 'హూ' అని మొఖం పక్కకు తిప్పుకున్నాడు. ఆ మనిషికి మాట్లాడకపోతే ఏమీ తోచేలాగా లేదు. మళ్లీ తన గోడు చెప్పడం మొదలెట్టాడు.

"దర్మారం (ధర్మవరం) నిండి రేసం (పట్టు) తెచ్చుకొని చీరలు నేసేది నాపని, ఒకో చీరకి నాలుగువందలు కూలీ, వారానికి రెండు, మూడు సీరలు నేసినా, ఆ పల్లిలో హాయిగానే బతుకు ఎలబారతావుండింది. ఒక రోజు నాకు నీసు తినాలని మనసయ్యే. టయానికి జేబిలో ఇరవై రూపాయలకు మించి లే. నా పెళ్లాం 'రాగిముద్ద, ఎరగడ్డ కారం సేస్తానులే గమ్ముండు' అనింది. నా మనసు నిలవలే. నీసు మీద ద్యాసతో నేను చేయరాని పని జేసేస్తిని" కళ్ల నుండి వుబికి వస్తున్న నీటిని తుండుగుడ్డతో తుడుచుకుంటూ చెప్పాడా వ్యక్తి బాధగా.

"ఏం జేసినావేమిటి?" కవికి అడగక తప్పలేదు.

మా గుడిసె పక్కనే రాగిచెట్టుపై కొమ్మలపైన ఒక పావురం గూడు పెట్టింది. పొద్దన్నే ఆ పావురాల అరుపులు వింటూనే నిద్దర లేస్తాం మేము. నేను సద్ది తాగి మగ్గంలోకి దిగే దాక అవి అరస్తానే వుంటాయి. మళ్లీ యాడికో బోయి సందేళ కాడికి మళ్లీ ఆ చెట్టుకాడికి చేరుకుంటాయి. రెండు నెల్ల నుండీ ఇదేకత."

"పాయింటుకురా" కవి విసుక్కుంటూ అన్నాడు.

"నీసు మీద మోజుతో నాకు దిక్కుతెల్లే. అప్పటికీ మా ఆడది వద్దు వద్దని అరుస్తా వున్నా ఇనకుండా ఆ పావురంపైకి రాయి ఇసరినా. దెబ్బకి రగతం కారతా ఓ పచ్చి నేల మీద పడింది. ఇంకోటా పైనుండి ఎగిరిపోకండా జూస్తా వుండిపోయె".

"మైగాడ్, నువ్వసలు మనిషివేనా?" కవి చీదరించుకున్నాడతన్ని.

"కిందపడిన పావురాయిని చేతుల్లోకి తీసుకున్నా, ఐదు నిమిషాలకది గిల గిలా కొట్టుకొని కళ్లుమూసింది. దాన్ని కూరొండమని నా పెళ్లానికిచ్చినా, నేను చచ్చినా చెయ్యననేసింది. నేనే దాన్ని నిప్పులో ఏసి కాలిచి, మసాల లేసి కూరొండినా, అన్నంలోకి నంచుకోని తినేసినా" మళ్లీ ఆ వెంకటేసులు కళ్లల్లో తడి కనిపించింది కవికి.

"తరువాత" తప్పదన్నట్లుగా అడిగినాడు కవి.

"ఆ జంట పావురాయి ఆ రోజు నన్ను జూసిన చూపు జనములో మరచిపోలేను సామీ. నన్నుయాల్టికి గూడా ఎంటాడతాంది. ఆ సచ్చినపావురాయి దెయ్యమై నన్ను పట్టింది. దాని దెబ్బే ఈ యాల్టికీ అనబగిస్తావుండా" బాధగా చెప్పాడు ముసలాయన. కళ్లు తుడుచుకుంటూ.

కవి ఆలోచించసాగాడు, పావురం దెయ్యం ఎలా వుంటుంది? మనిషి దెయ్యం, పావురం దెయ్యం ఒకేలా వుంటాయా? 'దెయ్యపు పావురం' పేరు పెట్టి ఓ కవిత రాస్తే ఎలా వుంటుంది? అనుకుంటున్నాడు మనసులో.

వర్షపు హోరు ఈసారి ఏదో దెయ్యాల గుంపు చేసే నాట్యాల సవ్వడిలా తోచింది కవికి. హఠాత్తుగా తన ఎదురుగా కూర్చున్న వ్యక్తి గురించి అతనికి అనుమానం కలిగింది. అతడు నిజంగా మనిషేనా? లేక మనిషి రూపంలో వున్న ఏ పిశాచమైనానా? ఈ వూహతో కవి ఒళ్లు జలదరించింది.

ఈసారి ఆ వృద్ధుడి గొంతు బొంగురుగా ధ్వనించసాగింది.

"సామీ, ఆ పావురాయి దెయ్యమే నాతో ఇంకా కానిపని చెయ్యించింది. మా వూర్లో పాత సవారీ కొంప అమ్మకానికి పెట్నాడొక తొగటాయప్ప. నన్నేదో దెయ్యం పూనినట్లైందని

చెప్పినా గదా! ఎట్లైనా ఆ కొంపని కొనేయాలని వాని దగ్గరకు పొయ్యి ఇల్లు బేరం చేసినా, ఒకటింకాలు లక్ష లేనిదే దాన్ని అమ్మలేననే ఆ నాయాలు. అంత దుడ్లు మన దగ్గరేడుంది? దానికత మర్చిపో అని మా ఆడది పోరతానే వుండాది. నాకా ఇంటి పిచ్చి పట్టి దర్మారం పొయ్యి కుళ్లాయప్పని కలుసుకుంటిని" అన్నాడా ముసిలాయన. వానలో తడిసిన ఆయన తల్లో తెల్ల వెంట్రుకలు, నల్ల వెంట్రుకలు కలిసిపోయి వికృతంగా బయటకు పొడుచుకుని వున్నట్లు కనిపిస్తున్నాయి.

"కుళ్లాయప్పంటే?" కవి అడిగాడు ఆసక్తిగా.

"దర్మారంలో మగ్గాల సావుకారు. రెండు షెడ్లలో జకార్డు మగ్గాలు ఇరవై వుండాయి. ఆయనకు నమ్మకమైన పనివాళ్లు కావల్ల. దండిగా డబ్బులు అడవాన్సుగా ఇచ్చి బాగా వాటేయగల్ల నేతగాళ్లను పన్లో పెట్టుకుంటాడు. నా పనితనం గురించి ఇచారించి కుళ్లాయప్ప నన్ను పనిలో పెట్టుకునె". "అడ్వాన్సు ఏ మాత్రం ఇచ్చినాడేమిటి?" ప్రశ్నించాడు కవి.

"మామూలుగా డెబ్బై, ఎనబైవేలు మించి ఎవడికీ ఇవ్వడు కుళ్లాయప్ప. ఐతే మా వూరాయప్ప నారాయణ ఆయన దగ్గిర నాలుగేళ్లుగా పనిచేస్తా వుండాడు. నారాయణ నా పనితనం గురించి గొప్పగా చెప్పేకొందికి నాకు లక్ష రూపాయలు అడవాన్సు ఇచ్చేదానికి ఒప్పుకున్నాడు కుళ్లాయప్ప" మెరుస్తున్న కళ్లతో చెప్పాడు వెంకటేసులు.

"అంత డబ్బా?" ఆశ్చర్యంగా అడిగాడు కవి.

"డబ్బు వూరికే ఇచ్చెయరు సామీ, పదిగంటలు రోజు ఇడవకుండా మగ్గం నెయ్యాల. కాళ్లతో ఆణ గట్టిగా తొక్కుతూ, చేత్తో వాటేయడం ఎంత కట్టమో నీకేం తెల్సు? నాకూ, నా పెళ్లానికి ఒక రూము ఇచ్చినారు. రూమంటే ఒక వంటిల్లు, చిన్నరూమే. అంతే, దానికీ బాడిగలే. కానీ ఆసామితో చెప్పకుండా దానికి బీగమేయగూడదు. ఆయనతో చెప్పకుండా యాడికీ పోకూడదు. కుళ్లాయప్ప మనుషులు ఆయన పనోళ్లనంతా యాడికీ పారిపోకుండా కనిపెట్టానే వుంటారు? బోనులో పావురాన్నేసినట్లే అనుకో".

"మరి అంత డబ్బిచ్చిన వాళ్లు నిన్ను కనిపెట్టుకోనుండరా, నువ్వు పారిపోతే వాళ్లకెంత నష్టం" అన్నాడు కవి.

"కుళ్లాయప్ప ఇచ్చిన డబ్బుతో మావూర్లో ఇంకొంచెం ఎగేసి సపారికొంప కొంటి. కొన్నా గాని దాంట్లో వుండేదానికి లేక దర్మారమొచ్చి పడితిమా! నా పెళ్లాం పల్లిడిచి రానని మొత్తుకొనె. దాన్ని జుట్టు పట్టుకొని దర్మారం లాక్కోనిస్తి" వెంకటేసులు గొంతు కీచుగా ధ్వనించంది. ముడతలు పడిన అతని మొఖం మెరుపు వెలుగులో వికృతంగా కనిపించింది కవికి.

"ఇంకేం, ఇల్లుకొన్నావు గదా" అన్నాడు కవి, ఏదో ఒకటి మాట్లాడాలని.

"కొంటే ఏం లాబం, వుండలేనప్పుడు? ఐదేళ్లు కుళ్ళాయప్ప దగ్గిర ఒళ్లు గుల్ల చేసుకోని మగ్గంనేస్తి. నాకు కూలీ డబ్బులు సరింగా ఈడు. అడిగితే నీకిచ్చిన అడవాన్సు మీద వడ్డీకి నెలనెలా మూడువేలు కట్టల్ల' అంటాడు. డబ్బు సరిపోక నా భార్య కూడా మగ్గాల షెడ్డులో కండెలు చుట్టేదానికీ, అల్లు పట్టేదానికి కుదురుకొనె. దుమ్ము, దూళిలో పనిగదా. అమెకు దగ్గూ, అయాసము ఎక్కువయ్యింది. రాత్రిళ్లు అంతా ఒకటే దగ్గు. ఉమ్మిలో రగతం పడేది. 'ఆ పావురాయిని అన్నేయంగా సంపిందానికే మనకీ బైసాట్లు' అని నన్ను తిట్టి పోస్తా వుట్టింది మా లచ్చిమి" వెంకటేసులు గొంతులో బాధ గూడు కట్టుకొనింది.

ఆకాశం నెత్తుటి రంగు పులుముకున్నట్లు ఎర్రగా మెరుస్తూ వుంది.

మళ్ళీ కవికి పావురం తెల్లటి చర్మంపై కారిన ఎర్రటి రక్తం గుర్తుకొచ్చింది. పావురాయి నుండి కారిన రక్తం, లక్ష్మి గొంతులోంచి రక్తం. 'వెంకటేసులు చెప్పినట్లు పావురాయి దెయ్యమై వెంకటేసులు కుటుంబాన్ని ఆవహించిందా?' క్షణకాలం పాటు కవి విభ్రాంతి చెందాడు.

"ఏ రోజూ ఏ రోగమూ తెలీదు దానికి. ఈ గసజబ్బుకు చచ్చి సగమయ్యింది" బాధగా చెప్పాడా నేతగాడు. "మరి నీ పిల్లలు నిన్నాదుకోలేదా?" ప్రశ్నించాడు కవి.

"రెక్కలొచ్చిం తరువాత మన పిలకాయలు మన మాటింటిరా సామీ, వాళ్ల దారి వాళ్లు చూసుకొనిరి. నేను బోనులో మేకపిల్ల మాదిర్తో కుళ్లాయప్ప దగ్గిర చిక్కోని పోతిని".

"పోనీ పని మానేసి మీ వూరెల్లిపోగూడదా?"

"ఆ మాటంటే నాలచ్చ రూపాయలు నాకు కట్టిపో అంటాడు కుళ్లాయప్ప. ఆ డబ్బు నేనేడ నుంచి తేవాల? అప్పటికీ వూర్లో ఇల్లు అమ్మాలని సూస్తి. నా పెద్దకొడుకు 'నువ్వు నాకేమీ సంపాయించి పెట్టలే. ఈ కొంపైనా మిగిల్చిపో' అని అడ్డుకొని దాన్ని పడనీలే. లచ్చిమి రోగం ఎక్కువై మంచానికే అతుక్కుని పూడిసింది" మళ్లీ వెంకటేసులు నల్లటి మొఖంలో కన్నీటి జాడ కనిపించింది కవికి. 'అతని వ్యథ కవిత రూపంలో పెట్టవచ్చా' అనుకున్నాడు కవి సాలోచనగా.

"మరి మీ ఆవిడని మంచి డాక్టరుకి చూపించలేదా?" ఇంకా రాని రైలుని తిట్టుకుంటూ అడిగాడు కవి.

"ఊపిరి తిత్తుల డాట్టరుకి చూపించినం. ఆపరేసను సెయ్యాల. యాభైవేలు తెమ్మనె, నా కొడుకులెవ్వరూ సగాయం చెయ్యలే. తెల్లకార్డుకు దర్మాసపత్రిలో ఆ ఆపరేసను

సెయ్యలేమనిరి. ఆడికీ పుట్టపర్తిలో సాయిబాబా ఆసుపత్రికి తీసుకొనిపోవాలని జూస్తి. ఆడ అన్నీ పిరిగా చేస్తారు గదా. కానీ నేనేడ పారిపోయి ఇంకేడన్నా పనిలో చేరిపోతానేమో నని కుళ్లాయప్ప నన్ను పోనీకుండా చేసినాడు. ఆడికీ ఒకటి రెండు సార్లు రాత్రిళ్లు పెట్టే, బేడా తీసుకొని బారియతో కలసి ఎల్లిపోదామని జూస్తి. కుళ్లాయప్ప మడుసులు నన్ను కనిపెట్టి పట్టుకోని సావకొట్టిరి. కుళ్లాయప్ప నన్ను బండ బూతుమాటలన్నీ తిట్టి, తోలు తీస్తానని బెదిరించినాడు." వణుకుతూ చెప్పాడు వెంకటేసులు, అప్పటి సంఘటనలు గుర్తుకొచ్చి వణుకుతున్నాడేమో అనిపించింది కవికి. వెంకటేసులుపై జాలి ముంచుకొచ్చింది.

ఎక్కడో దూరంగా పిడుగు పడిన శబ్దం. కవి ఉలిక్కిపడ్డాడు. ఈ చీకటి రాత్రి వెంకటేసులు తోడు లేకపోతే తానింకా భయపడి వుంటాననుకున్నాడు కవి.

"పోలీసు కంప్లెయింట్ ఇచ్చుండాల్సింది కుళ్లాయప్పపైన" ఏదో ఒకటి చెప్పాలని అన్నాడు కవి. "పోలీసులూ, అట్టాంటి ఆసాములకీ సపోర్టుండారులే. చలికాలంలో ఒక రాత్తిరి లచ్చిమికి దగ్గు పట్టుకోని వూపిరాడకుండా సేసింది. దర్మారంలో కొండారెడ్డి ఆసుపత్తిరిలో చేరిస్తిమి. ఐతే మరుదినం మధ్యాన్నానికే గొంతు లోపల్నుంచి రగతం పడింది. సాయంకాలం లోపలే ఆమె..." దగ్గు తెర ముంచుకురావడంతో మాట్లాడలేకపోయాడు వెంకటేసులు.

"ఐ యాం సారీ" బాధగా చెప్పాడు కవి. కళ్లజోడు తీసి కంట్లో రాలిన కన్నీళ్లను తుడుచుకున్నాడు.

"మరిప్పుడెక్కడికి బయల్దేరినావు నువ్వు?" కుతూహలంగా అడిగాడు కవి. "లచ్చిమిని కాపాడుకోలేకపోతిని. ఆమె ఎముకలూ, బూడిదైనా గోదారిలో కలిపొస్తామని పోతా వుండా. కుళ్లాయప్పకు తెలిస్తుందని దొంగగా లారీ ఎక్కి ఈడికొచ్చినా. ఈడి నుండి రైలు పట్టుకోని తిరప్తికి పోతే ఆడి నుండి గోదారినది వుండే తావుకి పోవచ్చునంట గదా." మళ్లీ వచ్చినంక కుళ్ళాయప్ప మడుసులు నన్ను పట్టుకొని సావగొట్నా ఫరవాలే" అన్నాడు వెంకటేసులు నవ్వుతూ.

దూరంగా ఎక్కడో పిడుగుపడింది. ఇంతలోనే ఆకాశంలో పెద్దగా మెరిసింది. మెరుపు వెలుగులో నవ్వుతున్న వెంకటేసులు ముఖం వికృతంగా కనిపించి కవిని భయభ్రాంతులకు గురి చేసింది.

జనవరి, 2016 – జాగృతి మాసపత్రిక

అవశేషం

"ఈ సిద్దవటం మట్లి రాజుల కోటకు అతిప్రాచీనమైన చరిత్ర వుంది. తరుమెళ్ల శాసనం బట్టి ఏడవ శతాబ్దంలోనే తొండమరాజు ఈ నగరాన్ని పాలించేవాడట. 1233 నాటికే కోట వుంది. మూడవ రాజేంద్రుడు పడమటి వైపు గోడ నిర్మించాడు. 1604 వరకు ఇది మట్టితో కట్టిన కోట మాత్రమే. మట్లి అనంతరాజు 1604లో బలమైన రాతి గోడలలో కోట నిర్మించారు. కోట చుట్టూ కందకం, అందులోంచి కోటకు నీటి సరఫరా ఆనాడే వుండేది".

బట్టీపెట్టింది ఒప్పగించినట్లు చెప్పుకుపోతున్న టూరిజం గైడ్ ప్రభాకర్ రంగరాజు విసుగ్గా నుదురు చిట్లించడంతో ఆగాడు. ప్రొఫెసర్ రంగరాజు సిగిరెట్ వెలిగించి, "నేనీ కోట గురించి పాఠం వినేదానికి ఢిల్లీ నుండి రాలేదు. ఇక్కడి కట్టడాలు చూసి వాటిని ఎలా మెయింటెయిన్ చేస్తున్నారో చూద్దామని వచ్చాను" అన్నాడు విసుగ్గా.

"అలాగే సార్, అలాగే" అన్నాడు ప్రభాకర్ కంగారుగా. డిసెంబర్ ఢిల్లీ చలితో విసిగిపోయి, కడప ఎండలను ఎంజాయ్ చేస్తున్నట్లు కొద్ది దూరంలో చేతులు కట్టుకొని నిలుచుకుని వున్న వాణికి ప్రభాకర్ కంగారు చూసి నవ్వాగలేదు.

కేంద్ర ప్రభుత్వం టూరిజం కల్చర్ శాఖల సమన్వయంతో ఒక కమిటీనేర్పాటు చేసి కొన్ని ఎంపికచేయబడ్డ జిల్లాలలో పర్యాటక కేంద్రాలు, పర్యావరణం మొదలైన ఏరియాల్లో సమస్యలూ, పరిష్కారాలు సూచించడానికి ఒక బృందాన్ని పంపింది. ఆ పర్యటనలో భాగంగా నలుగురు సభ్యుల బృందం రెండు రోజుల క్రితం కడపజిల్లాకు వచ్చింది. రెండు రోజుల పాటు గండికోట, మైలవరం డ్యాం, పుష్పగిరి, బ్రహ్మంగారిమఠం, ఒంటిమిట్ట మొదలైన ప్రాంతాల్లో ఆ బృందం పర్యటించి ఆయా ప్రదేశాల్లో వసతులను, సమస్యలనూ పరిశీలించింది. అలసిపోయిన ఇద్దరు సభ్యులు కడపలోనే రెస్ట్ తీసుకుంటూ వుంటే ఆఖరు రోజు పర్యటనలో భాగంగా ప్రొఫెసర్ రంగరాజు, వాణి సిద్ధవటం కోటకు వచ్చారు. ప్రొఫెసర్ రంగరాజు ఢిల్లీ యూనివర్సిటీలో హిస్టరీ శాఖలో ప్రొఫెసర్‌గా వుంటే, వాణి సాంస్కృతికశాఖలో అసిస్టెంట్ డైరెక్టరుగా ఢిల్లీలోనే పనిచేస్తూ వుంది.

సన్నగా, పొడవుగా చిరుగడ్డంతో గడ్డం మేకను గుర్తుతెచ్చే రంగరాజు కోటలోని

సిద్దేశ్వరాలయం, దర్బారుహాలు, రాణిమండపం చూసి గుఱ్ఱాలశాల వద్దకు వచ్చి ఆ కట్టడం నిర్మాణాన్ని పరిశీలించసాగాడు. పరుగులాంటి నడకతో ప్రభాకర్, అతడికి కొద్దిగా వెనుకగా వాణి అతడిననుసరించారు.

"సిద్ధవటం కోటను నవాబులు కూడా కొంతకాలం పాలించినారు కానీ ఆ సుల్తానులు గుడిని కొంతమేర పడగొట్టడం తప్పనిచ్చి మిగతా కట్టడాల జోలికి ఏ మాత్రం పోనట్లుగా వుంది" తనలో తాను గొణుక్కున్నట్లుగా చెప్పాడు రంగరాజు.

"ఔను సార్, ఔను. పైగా కడప ప్రాంతానికంతా ఈ వూరినే ముఖ్యపట్టణంగా పాలించారు ఆ సుల్తానులు. జిల్లా కోర్టు కలెక్టరాఫీసు కూడా బ్రిటిష్‌వాళ్ల హయాంలో ఇక్కడే వుండేది" అన్నాడు ప్రభాకర్.

యూనిఫాంలో వున్న ఒక సెక్యూరిటీగార్డు, అతడి వెనుకే పొడుగ్గా వున్న మరొకవ్యక్తి వేగంగా అక్కడకువచ్చి, రంగరాజుకు సెల్యూట్ చేసి వినయంగా నిల్చున్నారు.

"ఏమయ్యా, నువ్వేనా ఇక్కడ సెక్యూరిటీవి? మేమొస్తున్నట్లు మీ పైవాళ్లు చెప్పలేదా? ఇంత విలువైన కట్టడాలను గాలికొదిలి షికార్లు చేసొస్తున్నావా?" అని అతడిపై వురిమాడు రంగరాజు.

"చెప్పినారు సార్, మద్యాన్నం రెండు గంట్లకొస్తారని చెప్పుండారు. నాలుగు వరకు చూసి ఇప్పుడే బయట గూర్కాకు చెప్పి, టీ తాగను పోతి, వాడు మీకు చెప్పలేదా సార్?" భయంగా అడిగాడు సెక్యూరిటీ గార్డు. ముందురోజు వరకు పర్యాటకశాఖ అసిస్టెంటు డైరెక్టరు, సమాచారశాఖ ఉద్యోగి వారితో వున్నారు, కానీ ఈ రోజు వీడియో కాన్ఫరెన్సుందని టూరిజంవాళ్లు, మినిస్టరు ప్రోగ్రాముందని పీఆర్వో శాఖ వారు వాళ్లతో రాలేదు. గైడ్ ప్రభాకర్‌ను మాత్రం వాళ్లతో పంపారు.

"ఇక్కడ మెయింటెనెన్స్ చాలా పూర్‌గా వుంది, ఇంకా ఇంప్రూవ్‌మెంట్స్ చాలా చేయాలి. ఏమ్మా వాణీ" అన్నాడు రంగరాజు చిరునవ్వుతో.

"ఔనుసార్, వివిధ కట్టడాలను సూచించే సైన్ బోర్డులు ఇంకా పెద్దవిగా ఏర్పాటు చేయాలి. కోట చరిత్రను తెలిపేవిధంగా పెద్ద రైటప్ బోర్డ్స్, లైట్ అండ్ సౌండ్ షో కూడా ఏర్పాటు చేస్తే బాగుంటుంది. ఇంకా వాటర్ ఫెసిలిటీ, షెల్టరూ అరేంజ్ చేయాలి" అన్నది వాణి వినయంగా.

"సర్లే, మనకు టైం లేదు, లంకమల అడవుల్లో అభయారణ్యాన్ని పరిశీలించి, కడప చేరుకోవాలి. రాత్రి తొమ్మిదింటికే గదా వెంకటాద్రి కడపలో" ప్రభాకర్‌ను వుద్దేశించి అడిగాడు రంగరాజు.

"ఔను సార్, నందలూరులో సౌమ్యనాధాలయం కూడా కవర్ చేస్తే బాగుంటుంది" నసుగుతూ చెప్పాడు ప్రభాకర్.

"అంత టైంలేదు, తర్వాత చూస్తాం, ముందు లంకమల వెళ్లాలి" అని వడి వడిగా కదిలాడు రాజు.

సెక్యూరిటీగార్డు సుమో డోర్ తీసి పట్టుకున్నాడు. రంగరాజు, వాణి, ప్రభాకర్ కారులో కూర్చోగానే చిన్న కుదుపుతో కదిలిందది.

* * *

"సార్, మనదేశంలో అరుదైన మూడు జాతిపక్షులను బ్రిటీష్‌వాళ్లు గమనించారు. వాటిల్లో ఒకటైన 'జెర్డాన్ కోర్సర్'ను లంకమల అడవుల్లో 1848లో గుర్తించారు. దాన్నే మనం కలివికోడి అంటాం. 1900లో కేంప్‌బెల్ అనంతపురం అడవుల్లో చివరిసారిగా ఆ పక్షిని చూశాడు".

కనుచూపు మేర పరచుకొని వున్న పచ్చదనం, ఆహ్లాదాన్ని అణువణువునా నింపుకొన్న కొండకోనలు, పారే సెలఏళ్ల మృదు మధురనాదాలు కదలాడే లంకమల అడవుల్లో వారి ప్రయాణం సాగుతుండగా చెప్పాడు ప్రభాకర్.

"మళ్లీ ఆ కలివికోడి కనిపించనే లేదా?" ఆసక్తిగా అడిగింది వాణి.

"మళ్లీ 1985లో ఐతన్న అనే వేటగాడు రాత్రివేళ లంకమల అడవుల్లో ఆ పక్షిని చూశాడు. వింతపక్షిగా భావించి యుక్తిగా దాన్ని బంధించి, అటవీ అధికారులకు కబురు చేశాడు. ఫారెస్ట్ డిపార్ట్‌మెంటు వాళ్లు దాని ఫోటోలు ఆర్నితాలజిస్టు సలీమ్ ఆలీకి పంపితే, దాన్నాయన జెర్డాన్ కోర్సర్‌గా గుర్తించి హుటాహుటిన లంకమల అడవులకు వచ్చాడు. బాంబే నేచురల్ హిస్టర్ సొసైటీ ఆ పక్షి గురించి ఎంతో ఆరాటపడి భరత్‌భూషణరెడ్డి అనే ఆయన్ను పంపింది. కానీ వూపిరాడని గదిలో బంధించిన కలివికోడి ఆ సరికే మరణించింది. అప్పటి నుండీ ప్రభుత్వం ఈ ప్రాంతాన్ని అభయారణ్యంగా ప్రకటించి కలివికోడి కోసం వేట ముమ్మరం చేసింది. వేటగాళ్ల భయంతో రాత్రి తొమ్మిది నుండి వుదయం వరకు ఈ రోడ్లో వాహనాలను తిరగనివ్వరు. చెక్‌పోస్టులు, ఫారెస్ట్‌గార్డులు అరేంజ్ చేశారు".

కలివి కోడిని ముప్పై ఏళ్ల క్రితం బంధించిన గదిని చూసి, వారు నిట్టూరుస్తూ బయటకు వచ్చారు. మరో పావుగంటలో సుమో రామలింగేశ్వరాలయం ముందు ఆగింది.

"దట్టమైన అడవిలో ఈ గుడెందుకు కట్టారు?" రంగరాజు సిగరెట్ పాకెట్ తీసి, మళ్లీ జేబులోకి తోసేసి అడిగాడు.

"రావణుడు ఈ ప్రాంతంలో తపస్సు చేశాడట ఒకప్పుడు, అందుకే ఈ అడవికి లంకమల అనే పేరు వచ్చింది. కార్తీకమాసంలో, శివరాత్రికి ఎక్కడెక్కడి నుంచో భక్తులు వస్తారు" చెప్పులు కారులోనే వదలి కిందికి దిగుతూ చెప్పాడు ప్రభాకర్.

రాములవారు, సీతాలక్ష్మణులతో కలసి శివుడికి చెంబుతో అభిషేకం చేసే విగ్రహాలు, ఆ నీరు మళ్లీ నంది నోటిలోంచి కింద పడడం చూసి వారు ఆలయం పక్కనే వున్న సువిశాలమైన జలపాతాన్ని చూసి వెలుపలకు వచ్చారు.

"ట్రైన్‌కు టైమవుతోంది, త్వరగా బయలుదేరుదాం" అన్నాడు రంగరాజన్. సుమో శరవేగంగా కడప రోడ్డుకు పరుగెత్తింది.

* * *

"సార్ నెక్స్ట్‌మంత్ మా నాన్నగారి షష్టిపూర్తి ఫంక్షనుంది. మా అమ్మకొక చీర తీసుకోవాలి. మాధవరం ఇక్కడకు దగ్గరేగదా ఓ పది నిమిషాలక్కడ ఆగితే..." నసుగుతూ రంగరాజును అడిగింది వాణి.

"దాందేముందమ్మా, కానీ మీ లేడీసు చీరల సెలక్షను అంత త్వరగా పూర్తి చేస్తారా..." పెద్దగా నవ్వి అన్నాడు రంగరాజు.

"పెద్దవాళ్ల చీర కదా, టెన్ మినిట్స్ చాలు సార్" నవ్వి చెప్పింది వాణి.

"మాధవరం రోడ్డుపైనే వుంది. నాకు తెలిసిన కోటయ్య అనే నేతగాడు ఇంట్లోనే మంచి చీరలమ్ముతాడు. అక్కడకు వెళ్తాం సార్" అన్నాడు ప్రభాకర్.

"హై వే రోడ్డుపై వున్న పెద్ద చీరల దుకాణాలు చూసి, "ఆ చీరేదో ఇక్కడే తీసుకోవచ్చు కదా" అన్నాడు రంగరాజు.

"వద్దు సార్, రేట్లు ఎక్కువ. మన్నిక తక్కువ. నేను చెప్పిన చోటుకే వెళ్తాం" అన్నాడు ప్రభాకర్.

"సరే డ్రైవరుకు రూట్ చెప్పు" టైం చూసుకుంటూ అన్నాడు రంగరాజు.

కారు వూర్లోకొక మలుపు తీసుకొని, నాలుగైదు సందులు తిరిగాక ఒక పెంకుటింటి ముందు ఆపమన్నాడు ప్రభాకర్. కారు హారన్‌విని ఇంట్లోంచి కోటయ్య వేగంగా బయటకు వచ్చాడు.

"కోటయ్య, బాగున్నావా?" అని ప్రభాకర్ పలకరించి, "సారు, మేడము ఢిల్లీ నుండి వచ్చిన ఆఫీసర్లు. నీ కాడ చీరలు బాగుంటాయని తీసుకొచ్చినా" అన్నాడు.

కోటయ్య రంగరాజును, వాణిని సాదరంగా ఇంట్లోకి తీసుకెళ్లి ఒక సైడ్ రూంలో కూర్చోబెట్టాడు. ఇంట్లోంచి టక టకా మగ్గం శబ్దం వినిపిస్తోంది.

అద్దం బీరువాల నుంచి రంగురంగుల్లో సీతాకోక చిలుకల్లా కనిపిస్తున్న చేనేత, పట్టు చీరల వంక వాణి ఆసక్తిగా చూసింది. మరుసటి నెల తన భార్య పుట్టిన రోజుందని, గుర్తుకొచ్చి రంగరాజు కూడా ఆమెకొక పట్టు చీర తీసుకోవాలనుకున్నాడు.

పదిహేడేళ్ల కోటయ్య కొడుకు వారికి స్టీలు గ్లాసుల్లో చల్లటి మంచినీళ్లు తెచ్చిచ్చాడు. ఈలోగా కోటయ్య వారు కూర్చున్న పరుపుపై దొంతరలుగా చేనేత పట్టు చీరలను పరచసాగాడు.

"కాటన్ చీరలు పెద్ద వాళ్ల కోసం చూపించండి" అంది వాణి బీరువాలో వున్న కొన్ని గడీచీరలను చూపిస్తూ.

"అలాగే మా ఆవిడకు ఒక చీర సెలక్ట్ చేయమ్మా. ఇంత దూరం నుండి కాటన్ చీర పట్టుకుపోతే ఆమె ఒప్పుకోదేమో. మంచి పట్టుచీర రీజనబుల్ రేట్లో సెలక్ట్ చెయ్యి" నవ్వుతూ అన్నాడు రాజు.

"అలాగే సార్, నేనావిడను ఒక ఫంక్షన్లో చూశాను. ఆమెకు నప్పే సిల్క్‌శారీ సెలక్ట్ చేస్తాను" నవ్వుతూనే చెప్పింది వాణి.

కోటయ్య పంపించిన కాఫీ తాగి, రంగరాజు ఇంటిలోపల మగ్గం చూద్దామని నడిచాడు.

హాలులో ఒక పక్క గుంట మగ్గం, అందులో చీర నేస్తున్న నేతగాడు కనిపించాడతనికి, ఇంటి కప్పుకు వేలాడతీసిన సైకిల్ చెయిన్‌వంటి పరికరానికి కొన్ని అట్టలు బిగించి వున్నాయి.

రంగరాజు దాన్ని చూడడం గమనించి కోటయ్య "అది జకార్డు సార్, ఆ అట్టలకుండే రంధ్రాల వల్లే చీరకు డిజైన్లు నేస్తాం మేము" అన్నాడు.

ఇంట్లో ఒక మూల రెండు ట్రంకుపెట్టెలు, విరిగిపోయిన చెక్కకుర్చీ, టేబులు, దానిపై కొన్ని గిన్నెలు, పుస్తకాలు, మరొకమూల కొన్ని చీరల దొంతరలు వున్నాయి. అటకపై పడుగు, పేక వున్న నూలు, రేషం కట్టలున్నాయి.

మగ్గం నేస్తున్న చేనేతకార్మికుడు, దానిపై నుండి దృష్టి మరల్చకుండా, శ్రద్ధగా వాటువేస్తూ, నాడి కదుపుతూ, నేతపై పోగులు సవరిస్తూ నేస్తున్నాడు. అతడు చెక్కతో చేసిన పోకచెక్కలను కాలితో తొక్కుతూ, చేతిలో వాటు వేస్తూ వుంటే లయబద్ధంగా శబ్దం వస్తూ వుందది.

"ఇతనొక్కడు ఎన్ని చీరలని నేస్తాడు? మీ అంగడిలో చాలా స్టాకుంది గదా" అన్నాడు రంగరాజు.

"పక్కనే మా వాళ్లు ఆరుమందున్నారు సార్, వాళ్లు ఇళ్లల్లో నూలు, జరీ చీరలు నేస్తారు. పట్టుమగ్గాలు నేసే కొందరు కూడా నేసిన చీరలు నాకేఇస్తారు. షాపుళోళ్ల కన్నా నేనే ఎక్కువ రేటిచ్చి వాళ్ల దగ్గర తీసుకుంటా" అన్నాడు కోటయ్య వినయంగా, చేతులు కట్టుకొని.

"ఈ హైటెక్ యుగంలో ఇంకా ఈ చేతి మగ్గాలేందయ్యా. టెక్నాలజీ ఎట్లా ఇంప్రూవ్ అయ్యుండాదిప్పుడు తెలీదా? ఏ పవర్‌లూమ్స్, జెట్‌లూమ్సో పెట్టుకోవాలి మీరు. లేకపోతే చేసేదానికి ఎన్ని పనులు లేవు? రెండు గేదెలు లోనులో కొని పాల వ్యాపారం పెట్టుకోవచ్చు. లేదా ఏ వైరింగో, వడ్రంగమో నేర్చుకొని ఆ పనిలో దిగచ్చు" దర్పంగా అన్నాడు రంగరాజు.

"అనాదిగా మా కులవృత్తి ఇదేసార్. మా తాతలు, తండ్రులు దీనిమీదే బతికినారు. మేమూ దీంట్లోనే వున్నాం" అన్నాడు కోటయ్య చేతులు నలుపుకుంటూ.

అక్కడే వున్న మరొక నేతగాడు సుబ్బరాయుడు అందుకొని "ఇప్పుడు మా వాళ్లలో చాలా మంది టౌను చేరిపోయి ఆటో తోలుకుంటూనో, హోటళ్లలోనో పని చేస్తావుండారు సార్. యూత్‌లో చాలమంది ఈ పని చేసేందుకు ఇష్టపడ్డంలే" అన్నాడు.

"చూసినావా? ఇంకా ఈ పాతకాలం పనిని పట్టుకోని వేలాడ్డం అవివేకం. పెద్ద పెద్ద మిల్లులు గుట్టలు గుట్టలుగా చీరలను తయారుచేసి షాపులకిస్తావుండాయి. చైనావాడు చీరలను తయారుచేసి మన దేశంలో దింపతావుండాడు. ఈ కాంపిటీషను మీరేడ తట్టుకుంటారు?" అన్నాడు రంగరాజు, సిగిరెట్ వెలిగిస్తూ.

"మరమగ్గాల్లో కూడా వేల చీరలు తయారై మాకు పోటీ ఐపోయినాయి సార్. అవి క్వాలిటీ తక్కువగా వుణ్ణే వాటి రేట్లు అగ్గువని చాలామంది కస్టమర్లు అవే కొంటా వుండారు. రాను రాను నేతగాడి పని ఏమైతాదో... నూలు, జరీ రేట్ల చూస్తే అగ్గి మాదిరుండాయి. పోటీ ఎక్కువైంది" అన్నారు కోటయ్య.

"నా మాటిని ఈ గిట్టుబాటుకాని పని మానేసి, మీ పిల్లకాయలనైనా వేరే ప్రొఫెషన్లో దించు. బాగుపడ్తారు"అన్నాడు రంగరాజు, కోటయ్య నవ్వి ఏవో చెప్పేంతలో, "వాణీ మేడమ్ చీరలు సెలక్ట్ చేశారు సార్, ట్రైన్‌కు టైమౌతోంది" అని హాలు లోపలకు వచ్చాడు ప్రభాకర్.

వాణి, రంగరాజు చీరలకు బేరమాడి బిల్లు చెల్లించారు. ప్రభాకర్ చెప్పినట్లు పెద్ద షాపుల్లో రేట్ల కన్నా, కోటయ్య దగ్గర ధరలు బాగా తక్కువగా వున్నాయి.

"ఈ ఏరియాలో మాధవరం, పార్వతీపురం, వుప్పరపల్లె ఇలా చాలా ప్రాంతాల్లో రెండు మూడు వేలమంది ఈ చేనేత పనిపై ఆధారపడి బతుకుతూ వున్నారు సార్. కానీ

కోటయ్య వంటి గజనేతగాళ్లు అరుదు. అతడి చేతిలో విద్య వుంది. ఎక్కడెక్కడి వాళ్లో అతన్ని వెతుక్కుంటూ వస్తారు" కారు కడప రూట్లో వెళ్తుతుండగా చెప్పాడు ప్రభాకర్. రంగరాజు విసుగ్గా చూసి, తల తిప్పుకున్నాడు.

* * *

"చెప్పండి రంగరాజుగారూ, కడప జిల్లాలో మీ ఫైండింగ్స్ ఏమిటి?" సర్వే ముగించుకొని వచ్చిన రంగరాజు, వాటిలను రెవ్యూ చేస్తున్నారు ఛీఫ్ సెక్రెటరీ. ఆ సరికే ఆ బృందంలోని మిగతా ఇద్దరూ ఛీఫ్ సెక్రెటరీతో మాట్లాడి తమ నివేదిక సమర్పించి వెళ్లిపోయారు.

"సార్, మేము ఆ జిల్లాలో చూసిన కొన్ని హిస్టారికల్ ప్లేసెస్, కోటలలో ఇంకా సదుపాయాలు ఏర్పాటు చేయాలి. అక్కడ దొరికిన తాళపత్రాలను స్టోర్ చేయడానికి ఏసీ ఫెసిలిటీతో ఒక ఎపిగ్రఫీ సెంటర్ అవసరం. అతి విలువైన మాన్యుమెంట్స్ సరైన సెక్యూరిటీ, షెల్టరూ లేకుండా వున్నాయి. వాటికన్నిటికీ ఆ ఫెసిలిటీస్ కల్పించి, వాటి పునరుద్ధరణ, మెయింటెనెన్స్‌కు కనీసం పన్నెండుకోట్ల బడ్జెట్ ఇవ్వాలి. వాటికి సంబంధించిన ఎస్టిమేట్స్ తయారుచేసి మీకు ఇస్తున్నాను.

అలాగే ప్రపంచంలోనే అతి అరుదైన జెర్డాన్‌కోర్సర్ అనే కలివికోడి సిద్దవటం అడవుల్లో కనిపించింది. ఆ అభయారణ్యంలో హంటింగ్ జరక్కుండా రాత్రివేళ పటిష్ఠమైన పెట్రోలింగ్ టీమ్స్‌ను ఏర్పాటు చేయాలి. ఆర్నితాలజిస్టులు, ప్రకృతి ప్రేమికుల సహాయంతో కలివికోడి కోసం గాలింపు ముమ్మరం చేయాలి. నేలనంటుకొని ఎక్కువకాలం గడిపే ఈ పక్షికి క్రూరమృగాలు, మనుషుల ద్వారా ఆపదలు ఎక్కువ. కాబట్టి లంకమల అడవులనణువణువు శోధించి, ఆ పక్షిని ఐడెంటిఫై చేసి దాని జాతినభివృద్ధిచేయాలి. దీనికి భారీ బడ్జెట్ అవసరం. దానికి సంబంధించిన పత్రాలివిగో" ఛీఫ్‌సెక్రెటరీకి రెండు ఫైళ్లు ఇస్తూ చెప్పాడు రంగరాజు.

"గుడ్, ఇంకేమైనా మీ అబ్జర్వేషన్స్ వున్నాయా?" సఫారీ సూట్‌లో హుందాగా కనిపిస్తున్న ఛీఫ్ సెక్రెటరీ అడిగాడు.

రంగరాజు క్షణం ఆలోచించి "సార్, ఆ సిద్దవటం ఏరియాలో రెండు, మూడు వేల మంది వీవర్స్ వున్నారట. ఇంకా ఆ పాతకాలం వృత్తిలో వాళ్లు కొనసాగడం అవివేకం. వాళ్లకు పెద్ద బట్టలమిల్స్ నుండి, పవర్‌లూమ్స్, చైనా గూడ్స్ నుండీ పోటీ ఎక్కువ. వాళ్లు విత్‌స్టాండ్ కాలేరు. వాళ్లకంతా ఆల్టర్నేటివ్ ఆకుపేషన్స్ చూపించాలి. కొన్ని జిల్లాల్లో కూడా నేనిదే రిపోర్టు ఇచ్చాను" అన్నాడు.

కొద్ది దూరంలో ఛెయిర్లో కూర్చుని వింటున్న వాణికి రంగరాజు మాటలకు చిర్రెత్తుకొచ్చినట్లైంది.

"వుందో లేదో తెలియని పక్షి వేటకు భారీ బడ్జెట్ అవసరమంటున్నాడు. ఎప్పుడో గతించిన రాజులుండిన బూజుపట్టిన కోటలు, అవశేషాల రక్షణకు కోట్లు అవసరమంటున్నాడు. మరి ఎంతో మంది బడుగుజీవుల కాధారమైన నేతపనిని శుద్ధ దండగని, వాళ్ల వృత్తి నుండి తప్పుకోవాలని, ఎంతో సులభంగా చెప్తున్న రంగరాజును చూసి మండుకొచ్చిందామెకు.

"మీరేమంటారు మేడమ్?" చిరునవ్వుతో వాణిని ప్రశ్నించాడు ఛీఫ్ సెక్రెటరీ.

"సార్, సారూ, నేను కలిసే రిపోర్ట్స్ తయారు చేశాం. అఫ్‌కోర్సు అవన్నీ ఆయన అభిప్రాయాల బట్టే రాశాము.

కానీ మన చేనేతకారులు తయారు చేసే నేత, పట్టు చీరలు మన ప్రాచీన సంస్కృతికి, సంప్రదాయాలకు ప్రతీక, ప్రపంచ దేశాలన్నింటిలోనూ చీరకట్టు ఒక్క భారతీయులకే చెల్లింది. దాని వల్ల విదేశీయులు సైతం మనల్ని గౌరవంగా చూస్తున్నారు.

ఇకపోతే మగ్గంపై తయారయ్యే చీర తల్లిపాలవంటిదైతే, మిల్లులు, ఇతరత్రా తయారయ్యే వస్త్రాలు, చీరలు పోతపాలు వంటిదని నా అభిప్రాయం. కానీ ఆ చేనేత వృత్తి ఇప్పుడు సరైన ఆదరణ లేక దీనావస్థలో వుంది. మన సంస్కృతినీ, సంప్రదాయాన్ని కాపాడాల్సిన బాధ్యత మనమీదుంది.

కోటలు, శిథిలాలు మన చరిత్రకు అవశేషాలైతే ఈ చేనేత వృత్తి కూడా మన ప్రాచీన సంస్కృతికీ, సంప్రదాయానికీ అవశేషం వంటిదే. సరైన ఆదరణ, గుర్తింపు లేకపోతే కలివి కోడిలాగా ఆ వృత్తీ కనుమరుగౌతుంది.

ఆ ఏరియాలో కోటయ్య వంటి అరుదైన చేనేత కళాకారులున్నారు. ఒక చీర కొనాలని వెళ్లిన నేను ఆయన దగ్గరున్న చీరలను చూసి అబ్బురపడి నాలుగు చీరలు కొన్నాను. అటువంటి అరుదైన కళాకారులనొక పదిమందినైనా గుర్తించి, వారికి తగిన ప్రోత్సాహము, వుపాధినిచ్చి పనికల్పిస్తే చేనేత వృత్తికి గౌరవం లభిస్తుంది. వారితో శిక్షణనిప్పిస్తే అటువంటి కళాకారులు మరింతమంది తయారౌతారు" అన్నది ఆవేశంతో వాణి. ఛీఫ్ సెక్రెటరీ రంగరాజిచ్చిన ఫైళ్లు పక్కనపెట్టి సాలోచనగా తలపంకించాడు.

మే, 2017 - పాలపిట్ట

వలస పక్షులు

"ఎల్లుండే గంగ అమ్మోరి జ్యోతులు వూర్లో మొదులు. ఈ ఎనిమిదొందలు ఎత్తుకోనిపోయి గుర్రంకొండలో అమ్మోరికి మంచి చీర కొనుక్కోరండి నువ్వూ, నీ పెళ్లాము. తొలిపూజ మనదే గదా" కొడుకు సురేంద్ర చేతిలో డబ్బు పెట్టి చెప్పినాడు నారప్ప.

సురేంద్ర ఆ నోట్లను భార్య సరోజ చేతికిచ్చి "ఎత్తిపెట్టుమే, రేపు పోయొస్తాం చీర కొనేదానికి" అన్నాడు, తాపీగా.

"మింగేదానికి మెతుకులే, మీసాలకు వాసన నూనె రాసినాడంట ఎవడో అట్లా వుంది మీ నాయనా కొడుకుల యవ్వారం" అని గొణుక్కుంటూ ఆ డబ్బులను ట్రంకుపెట్టె అడుగున దాచింది సరోజ.

సరోజ రెండు మూడు తరగతులు చదివే కూతుళ్లిద్దరికీ చద్దన్నంలో మజ్జిగ పోసి, ఎరగడ్డపచ్చడి వేసిచ్చింది. అవి తిని వాళ్లు పాఠశాలకు వెళ్లిపోయారు. తండ్రీ కొడుకులిద్దరూ కూడా చద్దన్నం తిని, ఇంట్లో వుండే రెండు గుంట మగ్గాల్లో లుంగీలు నేయడానికి పూనుకొన్నారు.

సరోజ ఏదో గొణుక్కుంటూ మధ్యాహ్నానికి సంగటి, శనక్కాయపచ్చడి చేయడానికి వంటింట్లోకి దూరింది. రెండు గదులుండే ఆ పెంకుటింట్లోంచి లయబద్ధంగా మగ్గం చప్పుడు వినిపిస్తోంది రెండు మగ్గాల్లోంచి.

* * *

చిత్తూరుజిల్లా కలకడ దగ్గరుండే కోన గ్రామంలో వందకు పైగా చేనేత మగ్గాలున్నాయి. వాటిల్లో ఎక్కువగా నూరో నెంబరు లుంగీలు, నూలు చీరలు తయారౌతువున్నాయి. గుడియాత్తం నుండి పదిరోజులకొకసారి వచ్చే ఆరవ ఆసాములు లుంగీలకు పడుగు ఇచ్చి, తయారైన లుంగీలను చేనేత పనివాళ్ల నుండి తీసుకొని, వాళ్లకు కూలీలిచ్చి వెళ్లిపోతూవుంటారు. నూలు చీరలు కొందరు సమీపంలోని మదనపల్లెకు తీసుకెళ్లి అమ్ముకొస్తూ వుంటారు.

నూకల నారప్ప కుటుంబం అనాదిగా ఆ గ్రామంలోనే చేనేత వృత్తిలో జీవనం సాగిస్తూ వుంది. తండ్రి వేసిన పూరిగుడిసెను తొలగించి నారప్ప అదే జాగాలో చిన్న

పెంకుటింటిని కట్టించాడు. అతని భార్య లచ్చిందేవి కూడా ఇంట్లో నూలువడకడం, కండెలు చుట్టడం చేసేది. వారి ఇద్దరి కొడుకుల్లో పెద్దవాడు హరి తిరుమలలో సెక్యూరిటీగార్డుగా కాంట్రాక్ట్ వుద్యోగం చేస్తూ భార్యా పిల్లలతో తిరుపతిలో వుంటున్నాడు. రెండోవాడు, సురేంద్ర పదో తరగతితో చదువు చాలించి అనువంశిక వృత్తియైన చేనేత పనిలో దిగాడు. కొడుకు ఇంట్లోనే మగ్గం నేస్తూ వుంటే, నారప్ప ఇంటి బయటున్న ఖాళీ స్థలంలో ఒక రేకులషెడ్డు వేయించి, అందులోనే మగ్గం ఏర్పాటు చేసుకున్నాడు. కొంత కాలంగా లచ్చిందేవి ఆస్తమాతో మంచం పట్టే, ఇంట్లో పనంతా సురేంద్ర భార్య సరోజే చేస్తూవుంది. లచ్చిందేవి మందులకూ, ఇన్‌హెలర్లకూ చాలా ఖర్చులౌతూవుంది నారప్పకు. అది తలకు మించిన భారమే అతనికి.

ప్రతి ఉగాదికి ఆ గ్రామంలోని చౌడేశ్వరి దేవాలయంలో మూడు రోజులపాటూ ఘనంగా చౌడేశ్వరీ జ్యోతులు అనే వుత్సవాలు జరుగుతాయి. అనాదిగా నారప్ప వంశమే అమ్మవారికి తొలిపూజ చేసి చీర, సారె సమర్పించడం జరుగుతూవుంది. వుత్సవాల్లో భాగంగా జంతుబలులు, ఆటపాటలు కోలాహలంగా మూడు రోజులూ సాగుతూ వుంటాయి. ఆ జ్యోతులకే నారప్ప కొడుక్కు డబ్బులిచ్చి అమ్మవారికి మంచి చీర కొనుక్కొని రమ్మని చెప్పాడు.

* * *

"ఇద్దో నిన్నే, ఈ వూర్లో వుండి నువ్వెంత బండ చాకిరీ చేసినా అది బూడిదలో పోసిన పన్నీరే. మనకా, ఇద్దరూ ఆడపిలకాయలే. రేపు వాళ్ల పెళ్లిళ్లకూ, కట్నాలకూ డబ్బులు జమ చేయాలిగదా! ఈ వూళ్లో వాళ్ల సదువులు అరాకొరాగా వుండాయి. మదనపల్లెలో పట్టు మగ్గాల నేసేటోళ్లకు దండిగా అడ్వాన్సులిచ్చి పన్లో పెట్టుకుంటారు గదా. మజూరీలు అక్కడ శానా వుంటాదంట. రమక్క చెప్పింది. నా మాటిని మదనపల్లికి ఎలబారి ఆడ పన్లో చేరు. పిలకాయలనూ కాన్వెంట్లో ఎయ్యచ్చు. వాళ్ల సదువులకూ, బంగారానికీ దుడ్లు ఎగేసి బాంకిలో ఏసుకోవచ్చు" భర్త సురేంద్రను పోరసాగింది సరోజ.

"కరెక్టే, కానీ అమ్మా నాయనలను ఒంటిగా వొదిలి..." నసుగుతూ అన్నాడు సురేంద్ర సందేహంగా.

"నీ మొహం! మీ అమ్మిప్పుడు లేచి బాగా తిరగతావుండాది గదా వంట గూడా సేస్తా వుండాది. వారానికొకసారొచ్చి మీ అమ్మ నాయనలను చూసిరావచ్చు" నిష్ఠూరంగా చెప్పింది సరోజ. "సరే, సరే, మనూరి పిలకాయలు కొందురాడ మగ్గం నేస్తా వుండారు. వాళ్లను పని గురించి అడిగి చూస్తా" భార్యను సముదాయించాడు సురేంద్ర.

* * *

"సొంతూరినీ, సొంతింటిని వదిలి ఆ టౌన్లో ఏమవస్థలు పడతావు నాయనా, ఈడనే అమ్మ నాయన్ను సూసుకుంటా వుండిపోగూడదా" బీడీ దమ్ములాగి పొగవదులుతూ అన్నాడు రామయ్య. ఆయన సురేంద్రకు మేనమామ వరస, నారప్ప పక్క ఇంటిలోనే వున్నాడు.

"ఈడుంటే ఎప్పటికీ పైకి రాలేము. పిలకాయలకు కాన్వెంటు చదూలు అవసరం గదా ఈ కాలానికి, మదనపల్లెలో ఇస్కూళ్లు బాగా వుంటాయి. మజూరీలు బాగుంటాయి" అన్నాడు సురేంద్ర. నులక మంచం మీదున్న నారప్ప ఇబ్బందిగా కదిలాడు. అతనికి, అతని భార్యకూ కొడుకు పరాయి వూరుకు పోయి పనిలో చేరడం ఎంతమాత్రం ఇష్టంలేదు.

"అది కాదురా, ఈ వూర్లో జ్యోతులకు మనదే తొలిపూజగదా. వూరు వదిలితే వొంతు తప్పిపోతుందేమో. రేపు నాకేమైనా ఐతే, నువ్వే గదా ఆ పూజ చెయ్యాల" అన్నాడు నారప్ప, దిగులుగా.

"పూజదేముందాది, ఆ టైముకొస్తే సరిపోతుంది. అన్నేమైనా ఈ వూర్లోనే పడుండాదా? పిలకాయలను తిరపతి కాన్వెంట్లో చదివిచ్చుకుంటా హాయిగా టౌన్లో వున్నాడు. మొన్న జోతులకూ రాలేదు" అన్నాడు సురేంద్ర.

"సరే నీ ఇష్టం" అన్నాడు నారప్ప నిర్వికారంగా.

* * *

సురేంద్ర స్నేహితుడు, అదే వూరివాడైన నాగరాజు రెండేండ్లుగా మదనపల్లెలో మునస్వామి అనే ఆసామి దగ్గర పనిచేస్తూ వున్నాడు. మదనపల్లె శివార్లలో వున్న నీరుగట్టువారిపల్లెలో మూడువేలకు పైగా కార్మికులు పట్టు మగ్గాలు నేస్తూ జీవనం కొనసాగిస్తూ వున్నారు. మునస్వామికి నీరుగట్టుపల్లెలో రెండు మగ్గాల షెడ్లున్నాయి. ఒక్కో షెడ్లో పన్నెండేసి పట్టు మగ్గాలున్నాయి. ఒక్కొ పట్టు చీర నేసినందుకు ఎనిమిదివందల మజూరీ! నెలలో పన్నెండు చీరల సాపు నేసి సులభంగా పదివేల దాక సంపాదించవచ్చు. ఇంకొంచెం కష్టపడేవాళ్లకు అదనపు ఆదాయం లభిస్తుంది.

నాగరాజు యజమానితో సురేంద్ర పనితనం గురించి చాల పొగిడి, "పిల్లకాయలుండేవాడు, లక్ష రూపాయలైన అడ్వాన్సు ఇప్పించండి, మదనపల్లిలో సంసారం పెట్టుకొని బతకాల" అన్నాడు.

మునస్వామి నవ్వి, "మగ్గాల యాపారం ఇప్పుడేడ గిట్టుబాటవుతావుందిరా? రేషం రేట్లు అదిరిపోతావుండాయి. జరీ, సప్పురీ అన్ని రేట్లు కొండెక్కి కూచోనుండాయి. రంగులద్దేవోళ్ళకు, అల్లు పట్టేవానికీ, అచ్చులతికేటోళ్లకు నెల నెలా ఖర్చులౌతావుండాయి భారీగా! పట్టుచీరల రేట్లు ఏమీ పెరగడంలే. యాభైవేలకు మించి ఈ లేను – ఇష్టమైతే

చేరమను, లేకపోతేలే" అన్నాడు కటువుగా.

సురేంద్ర, నాగరాజు ప్రాధేయపడితే, మగ్గాల ఆసామి మునస్వామి బాండు రాయించుకొని సురేంద్రకు అడ్వాన్సిచ్చేదానికి ఒప్పుకున్నాడు.

"ఈ యబ్బి ఈడేంటుంటాడు? మా బిల్డింగ్‌లోనే వుండమను. ఒక రూమెట్లా నెలలాస్ట్‌కు కాళీ ఔతావుండాది" వక్కపొడి నములుతూ చెప్పాడు మునస్వామి.

మునస్వామికి పన్నెండు చిన్న పోర్షన్లుండే ఒక మూడంతస్థుల భవనం వుంది. ఒకగది, వంటగది వుండే అగ్గి పెట్టెల్లాంటి పోర్షన్లున్నాయి అందులో. ఆ ఇరుకు ఇళ్లలోనే అతని వద్ద మగ్గాలునేసే పనివాళ్లు వుంటుంటారు.

పిచ్చుకగూడులాంటి ఆ ఇంటిని చూశాక తాము నలుగురం కష్టంమీద ఆ ఇంట్లో సర్దుకోవచ్చనుకున్నాడు సురేంద్ర. కానీ ఆ ఇంటి బాడుగ నెలకు మూడువేలని విన్నాక అతని గుండె గుభేలుమంది.

"ఈ టౌన్లో ఇంతకన్నా తక్కువ బాడిక్కి నీకు ఇల్లు దొరికేది కష్టమే. ఇది దొరికిందే లక్కు. నా మాటిని చేరిపో" అన్నాడు నాగరాజు.

ఆ ఇంటికి ఐదునెలల అడ్వాన్సు పదహైదువేలు పట్టుకొని సురేంద్ర పనిలో చేరాక అతనికి ముప్పైఐదువేల అడ్వాన్సు ముట్టచెప్పాడు మగ్గాల ఆసామి మునస్వామి. మంచిరోజు చూసుకొని భార్యా, పిల్లలను పల్లెనుండి తీసుకొని వచ్చి ఆ ఇంట్లో దిగాడు సురేంద్ర.

తండ్రితో కలసి వున్నప్పుడు ఖర్చులు తెలిసిరాలేదు సురేంద్రకు, వేరు కాపురం అంటే అన్ని వస్తువులు కొనాల్సిందేగదా. ఏది లేకపోయినా జరగదు, అని అతనికి కొద్ది కాలానికే తెలిసొచ్చింది.

గ్యాసు కనెక్షన్‌కు మూడువేలు, టీవీకి ఐదువేలు, కుర్చీలు, పాత్రలు, బీరువా, మంచము, పిల్లలకు కాన్వెంట్లో ఫీజులు అన్నీ కలిపి ఇరవైరెండు వేలదాక టకటకా ఖర్చులైపోయినాయి. మిగిలిన పదమూడు వేలు బ్యాంకిలో అకౌంటు తెరచి వేసినాడు. కానీ పాలూ, బియ్యము, సరుకులు, కరెంటుబిల్లు, డిష్‌బిల్లు, పిల్లలకు పుస్తకాలు, రీఛార్జి ఇలా నెల తిరిగేసరికి ఖర్చులు తడిసి మోపెడౌతూవుంది.

ప్రతి శనివారం షావుకారు ఆ వారం తాలూకు మజూరీ ఇస్తూ వుంటాడు. కానీ ఆ డబ్బు వెంటవెంటనే ఖర్చైపోతూవుంది. బుధవారానికి చేతిలో ఏమీ మిగలని పరిస్థితి దాపురిస్తూ వుంది.

పల్లెలో ఐతే పాలు, కూరగాయలు, పప్పుధాన్యాలు అన్నీ తక్కువ రేట్లకు వచ్చేవి. కానీ మదనపల్లె లాంటి పట్టణంలో నాటి రేట్లు అదిరిపోయేలా వున్నాయి.

అన్నిటికన్నా తీవ్రమైన సమస్య నీటికొరత. మున్సిపాలిటీ కొళాయిల్లో వుప్పునీళ్లు రోజుకో గంటసేపు వస్తాయి. ఆ నీళ్లు తాగేందుకు పనికిరావు. మున్సిపల్ టాంకరు నాలుగు రోజులకొకసారి వస్తుంది. ఆ టాంకర్లో నీళ్లు పట్టుకోవడానికి స్త్రీ పురుషులు చాంతాడంత క్యూలో నిలబడి, గంటసేపు కాచుకొంటే నాలుగు బిందెలు పట్టుకొనే అవకాశం వస్తుంది. ఆ నీళ్లు పొదుపుగా వాడుకోవాలి. లేకపోతే నీళ్లకాన్లు కొనుక్కురావలసివుంటుంది. తాగేందుకు, స్నానానికీ అన్నిటికీ నీళ్ల గేసనే.

సురేంద్ర పిల్లలిద్దరూ కొత్తగా చేరిన ఇంగ్లీషు మీడియంలో చదువులు అర్థం కాక అవస్థలు పడుతూవుంటే వాళ్లకు స్కూల్లోనే ట్యూషను పెట్టించాడు. అందుకు నెలకు మరొక నాలుగువందలు అదనపు భారం అతని నెత్తిన పడింది.

రెండు జకార్డులున్న పట్టు మగ్గం నేయడం చాలా శ్రమతో కూడుకున్న పని. చేతులతో వాటు వేసివేసి, కాళ్లతో ఆణ తొక్కి సాయంత్రమయ్యేసరికి సురేంద్ర చేతులు, కాళ్లు విపరీతంగా లాగుతూవుండేది.

ఆ శనివారం కూలీడబ్బులు తీసుకున్నాక సురేంద్ర టీ కొట్టు బెంచీపై అలసటగా కూర్చుని వుంటే నవ్వుతూ అతడి దగ్గరకు వచ్చాడు నాగరాజు.

“ఏందినా, అట్లా డల్‌గా కనిపిస్తావుండావు. ఒంట్లో బాగాలేదా?” అన్నాడు నాగరాజు.

“ఒకటే కాళ్లు నొప్పి, అదీ కాకుండా ఈ వారం కర్సులు తలుచుకుంటే గుండె ఢాం అంటా వుండాది” అని దిగులుగా చెప్పినాడు సురేంద్ర.

“కాళ్లు నొప్పులు టీ తాగితే తగ్గతాయా. దానికి మందు వేరే వుండాది” అని సురేంద్ర వద్దంటున్నా వినకుండా అతణ్ణి బ్రాందీషాపుకు తీసుకునిపోయాడు నాగరాజు.

“డబ్బులు నేనే ఇస్తా, నువ్వేమీ ఇయ్యొద్దులే” అని బలవంతంగా మందు తాగిపించాడు. తాగాక ఇద్దరు ముంతాజ్ హోటల్‌కుపోయి బిరియాని తిన్నారు. దాని బిల్లు నాగరాజే ఇచ్చినాడు.

ఒంట్లో మద్యం పడితే కాళ్లనొప్పులు తగ్గి కొంచెం హుషారుగా అనిపించింది సురేంద్రకు. కానీ అతడినా స్థితిలో చూసి అతడి భార్య ముఖం తిప్పుకుంది.

ఆ తరువాత రెండు, మూడు రోజులకొకసారి నాగరాజు, మిగిలిన సావాసగాళ్లతో కలసి తాగడం అలవాటు చేసుకున్నాడు సురేంద్ర. దానివల్ల అక్కడ ఇక్కడా అప్పులు చేయాల్సి వచ్చింది. అప్పులు తీర్చడానికి ఆదివారాలు, అమావాస్యల్లో కూడా మగ్గం పని చేస్తూ వున్నాడు. కానీ ఆ అదనపు ఆదాయం కూడా ఏమీ చాలడంలేదు, అతని ఖర్చులు, విలాసాలకి.

సరోజ ఇంటిపని, పిల్లల పనితో అలసిపోయి, సురేంద్ర ఇంటికి చేరేసరికే నిద్రపోతూ వుండేది కొన్నిసార్లు. పైగా భర్త కొత్తగా నేర్చుకున్న తాగుడు అలవాటును అసహ్యించుకొని అతడిని దగ్గరకు రానివ్వడం లేదామె. ఆమె ఎంత చెప్పినా సురేంద్రలో మార్పు రావడంలేదు, పడ్డ కష్టాన్ని మరచిపోవాలంటే తాగుడొకటే మార్గం అని చాలా మంది నేతగాళ్లు అనుకున్నట్లే అతనూ అనుకుంటున్నాడు. అతని వూరివాళ్లు ఒకరిద్దరు హితబోధ చెయ్యపోయినా వినిపించుకోలేదు.

ఒకరోజు తాగుతూ మాట్లాడుతున్నప్పుడు భార్య తనను దగ్గరకు రానివ్వని విషయం నాగరాజుతో వాపోయాడు సురేంద్ర. నాగరాజు నవ్వి "ఇంట్లో భోజనం దొరక్కపోతే, హోటల్లో భోంచేయమా? నాతోరా" అని తనతో టౌను శివార్లలో వున్న ఒక ప్రాంతానికి సురేంద్రను తీసుకొని వెళ్లాడు నాగరాజు. అక్కడ ఓ పాత ఇంట్లో చాలామంది ఆడ వాళ్లున్నారు. జిగేల్‌మనే చీర కట్టుకొని పాన్‌పరాగ్ పరాగ్గా నములుతున్న ఒక నడివయసు మహిళ నాగరాజుతో నవ్వుతూ బాగా పరిచయమున్నట్లు మాట్లాడింది. ఇంట్లో దొరకని సుఖం అక్కడ వెతుకున్నాడు సురేంద్ర. తరువాత తరచూ అక్కడకు వెళ్లేవాడు. ఇంట్లో దొరకని సుఖం బయట కొనుక్కుంటున్నాని అనుకున్నాడు గానీ ఆ సుఖమే తన ఒళ్లు గుల్ల చేస్తుందని తెలుసుకోలేకపోయాడు సురేంద్ర.

* * *

"నీకసలు బుద్ధుందా? నీకు సిఫిలిస్ సోకింది. ఇట్లానే వదిలేస్తే ఎయిడ్స్ కూడా అంటుకుంటుంది. ఇంట్లో లక్షణమైన భార్యను పెట్టుకొని అడ్డమైన తిరుగుళ్లు తిరగడానికి నీకిదేం మాయరోగం?" డాక్టరు అడ్డమైన చీవాట్లు పెట్టాడు సురేంద్రను.

సురేంద్ర తలవంచుకొని వింటున్నాడు. అంతకు కొన్ని రోజుల ముందే తరచు వాంతులౌతూ వుంటే ఇంకొక డాక్టరు దగ్గరకు వెళ్లాడతను. ఆ డాక్టరు కొన్ని టెస్టులు రాసిచ్చి, అవి చేసుకొని రిపోర్ట్స్ తెమ్మన్నారు. తెచ్చాక వాటిని చూసి సురేంద్ర లివర్ బాగా పాడైందని, కొన్ని మందులు రాసిచ్చి, తాగుడు పూర్తిగా మానకపోతే సురేంద్రకు చావు తధ్యమని జోస్యం చెప్పాడు. దాంతో సురేంద్ర బ్రాందీషాపుకు వెళ్లడం పూర్తిగా మానుకొన్నాడు. ఐనా ఆ సరికే అతని ఒళ్లు చాలా పాడైంది.

* * *

హాస్పిటల్ ఖర్చులు, టెస్టులు, మందులకు విపరీతంగా ఖర్చు ఔతూతుంది. బ్యాంకులో వున్న కొద్దిపాటి బాలెన్సు, సరోజ మిగిల్చిన డబ్బు ఇట్టే ఖర్చు ఐపోయింది. పిలకాయల స్కూలు ఫీజులు, పుస్తకాలు, ఇంటి బాడుగ అన్నీ కట్టాల్సి వుంది. సురేంద్రకేం చేయాలో

పాలుపోలేదు. అప్పు కోసం షావుకారు దగ్గరకు వెళ్లాడు.

"ఇట్టా తాగుడికి, తందనాలకి కర్చులు ఎడాపెడా పెట్టేస్తా వుంటే ఒళ్లే కాదు, ఇల్లు గూడా గుల్ల ఔతాది. ఎవడువాయ్ నిన్ను తాగి తలకెత్తుకోమనింది?

నువ్వే కాదు, ఈ మదనపల్లికొచ్చి చేరే మగ్గమోళ్లు శానామంది ఇట్టానే సెడిపోతావుండారు. కూలీలెక్కవని ఈడికి ఏడేడనుండో వచ్చి సేరతావుండారు. నాలుగుడబ్బులు చేతిలో పడేకొండికి అన్ని అలవాట్లు ఐతాయి. సంసారం సంకనాకిపోతుంది. రేషం రేట్లు సూస్తే కళ్లు తిరగతావుండాయి. జరీ, సప్పరీ, కలర్ ఫాక్ట్రీ, అచ్చులు, పన్నీలు, అళ్లు అన్నీ కర్సులే. యాపారం అంతంతగానే వుండాది, నీకేమీ ఈలేను.

నువ్వు పని నిలిపేయాలనుకుంటే నిలిపేయచ్చు. కానీ నాకాడ తీసుకున్న అడవాన్సు యాభైవేలు నాకిచ్చిపో. వడ్డీ కూడా నిన్ను అడగడంలే" కఠినంగా చెప్పాడు మునస్వామి. సురేంద్రకు ఏమీ పాలుపోలేదు.

* * *

"మీ అమ్మకి మళ్లీ ఆస్తమా తిరగబెట్టింది. మీ నాయన కూడా గసతోనే మంచం పట్టినాడు. పోయినతూరి మీ నాయన జోతులప్పుడు తొలిపూజ చేసినాడు. ఈసారి కడపమాను మోసి తొలిపూజ సేయలేడు. మంచంమీద మడిసి ఏం పూజ సేస్తాడు? నువ్వు మళ్లీ వూరు రావలసిందే" అన్నాడు రామయ్యమామ. మదనపల్లెలో వున్న కూతురు ఇంటికి చుట్టపుచూపుగా వచ్చి, సురేంద్రను చూడ్డానికి వచ్చాడాయన.

సురేంద్ర ఏమీ మాట్లాడలేదు. సరోజ కూడా మౌనం వహించింది. రామయ్యమామ గుచ్చి గుచ్చి ప్రశ్నిస్తే సురేంద్ర లివర్ పాడై మంచం పట్టిన విషయం చెప్పింది సరోజ.

"సొంతూళ్లో కులంపని చేసుకోకుండా టౌనులో బాగా బతికేయచ్చని వలసలు పోతే ఇట్టనే జరగతాది. నేను మళ్లీ ఒక పెళ్లికి రెండు మూడురోజుల్లో రావాల. మీ నాయనతో మాట్లాడి విషయం చెప్తాను" అన్నాడు రామయ్యమామ ముక్తసరిగా.

ఆ దంపతులిద్దరికీ ఏం చేయాలో తోడంలేదు. ఒళ్లు పాడై సురేంద్ర కఠినమైన జకార్డు మగ్గం నేత నేయలేకుండావున్నాడు, వూరికి తిరిగి వెళ్లాలంటే షావుకారు అప్పు, మిగిలిన బాకీలు తీర్చాలి, మందులకు, డాక్టర్లకు విపరీతంగా ఖర్చు ఔతూవుంది. ఎట్ల లేదన్నా లక్షా లక్షన్నర చేతిలో పడితేగాని గట్టెకలేని గడ్డు పరిస్థితి!

అన్నట్టుగానే రామయ్యమామ మూడురోజుల్లో మళ్లీ వాళ్లింటికి వచ్చాడు. సరోజ ఆయనకు కాఫీ ఇచ్చి మర్యాద చేసింది.

"మీ నాయనతో మాట్లాడినా, మీ అమ్మకి పసుపు కుంకాల కింద వాళ్ల పెళ్లప్పుడు రెండెకరాలు మీ తాత ఇచ్చినాడంట. ఆ భూమిని మీ మామ సాగు చేస్తావున్నేడిన్ని దినాలు. మీ వోళ్లకు దాంట్లోనించి ఏమీ ఇచ్చిందిలే. ఇప్పుడు మీ మామ పిలకాయలు బాగా సదువుకోని మంచి పొసిషన్ల వున్నారంట. ఆ భూమితో వాళ్లకు పన్లే. ఆ మడి అమ్మేసి మీ అప్పులు తీరుస్తామని చెప్పినారు, మీ నాయన.

నేనిప్పటికి ఒక డెబ్బైవేలు సర్దుబాటు సేస్తావుండా, నీ అప్పులు తీర్చేసి ఇల్లు ఖాళీచేసి పల్లెకొచ్చేయి. నీ జబ్బు గురించి మీ అమ్మ దిగులు పడతా వుండాది" అన్నాడు రెడ్డెప్ప.

సురేంద్ర ఆనందంతో వుబ్బి తబ్బిబ్బయ్యాడు. సరోజకి ఒళ్లు తెలియరాలేదు.

వలస పక్షులు ఇంటిదారి పట్టినట్లు, మరో రెండు వారాల్లో వాళ్లు పట్నం కాపురానికి స్వస్తి పలికి, స్వగ్రామం చేరుకున్నారు.

12, ఫిబ్రవరి, 2017 – సాక్షి

నేతగాడి స్వప్నం

సాంబయ్య ఆణ బలంగా తొక్కుతూ రెండు చేతులూ మార్చి మార్చి, ఒడుపుగా మగ్గంపై వాటు వేస్తున్నాడు. సాంబయ్య నడుములోతు గుంటలో వుండి, చేతులూ, కాళ్లతో నిర్విరామంగా పని చేస్తూ మూడు గంటల నుండీ మగ్గం నేస్తూ వున్నాడు. అతని చేతిలో ఎర్రంచు జరీ బార్డర్‌తో కూడిన తెలుపు రంగు మేలిమి పట్టుచీర సొబగులు దిద్దుకుంటూ వుంది. కళాత్మకమైన అంచులు, చూడ ముచ్చటగా వున్న బుటాలూ, డిజైన్లు, మంచి నాణ్యతగల చిల్లకట్టు పట్టుచీర చూపరులను ఇట్టే ఆకర్షిస్తూ వుంది.

విసురుగా లోపలకు వచ్చాడు సాంబయ్య కొడుకు మహేష్. అతను మదనపల్లెలో డిగ్రీ పూర్తి చేసి, నిరుద్యోగిగా వున్నాడు. పదవ తరగతి పూర్తికాగానే కొడుకును వంశపారంపర్యంగా వస్తూవున్న చేనేత వృత్తిలో దించాలని ప్రయత్నించాడు సాంబయ్య. కానీ మహేష్ అందుకు ఒప్పుకోలేదు. సాంబయ్య భార్య కూడా కొడుకుకు వత్తాసు పలికింది. అప్పటికే సాంబయ్యకు పెళ్లికెదిగిన ఇద్దరు కూతుర్లు వుండడంతో అతనికి తడిసి మోపెడు ఖర్చులున్నాయి. కొడుకు కూడా చేనేతపనిలో సంపాదిస్తే, తనకు చేదోడు వాదోడుగా వుంటుందనుకున్నాడు సాంబయ్య. కానీ కొడుకు కాలేజీలో చేరడంతో ఫీజుల రూపంలో అతనిమీద అదనపు భారం పడింది.

సాంబయ్య వుండేది మదనపల్లె సమీపంలోని తంబళ్లపల్లె శివార్లలోని సిద్ధారెడ్డిగారిపల్లెలో. అక్కడ నాణ్యమైన పట్టు చీరలు నేసే చేనేత కార్మికులు రెండు వందల మంది దాకా వున్నారు. కొందరు తమ ఇళ్లలోని గుంటమగ్గాల్లో చీరలు నేస్తూ వుంటే, మరి కొందరు భారీగా పట్టు చీరలు నేయించి, వ్యాపారం చేసే షావుకార్లు కట్టించిన షెడ్లలో మగ్గం నేస్తూ వున్నారు. నెల క్రితం వరకూ సాంబయ్య నీలకంఠ అనే ఆసామి కట్టించిన మగ్గాల షెడ్లో మగ్గం నేసేవాడు. అందమైన డిజైన్లు నేయడానికి వీలుగా డిజైన్ల అట్టలు జకార్డుల్లో బిగించి వున్న ఇరవై మగ్గాలు ఆషెడ్లో వున్నాయి. సాంబయ్యతో బాటూ మిగిలిన కార్మికులు నేసిన 'బ్రొకేడు, కళాంజలి' లాంటి నాణ్యమైన పట్టుచీరలను బెంగుళూరు, ధర్మవరంలో గల చీరల షాపులకు అమ్ముకొని నీలకంఠ లక్షల లాభాలు గడించి మేడ మీద మేడ కట్టాడు. కానీ సాంబయ్య లాంటి చేనేత కార్మికుల పరిస్థితి

'ఎక్కడ వేసిన గొంగళి అక్కడే' లా వుంది. ఎన్నాళ్లు గడిచినా, పస్తులు లేకుండా కుటుంబాన్ని నెట్టుకొస్తూవున్నాడే గానీ ఒక ఇంటి స్థలం కానీ, ఇల్లు కానీ సంపాదించలేకపోయాడు సాంబయ్య.

"కడుపు నిండా కూడుపెట్టలేని కులవృత్తి అనే రొంపిలోకి దించి, నాకు భవిష్యత్తు లేకుండా చేయాలనుకుంటున్నావు. ఇన్నాళ్లు రెక్కలు ముక్కలు చేసుకొని కష్టపడి నువ్వేం సంపాదించి పెట్టినావు? బాంకు పరీక్షలకు కోచింగుకు తిరుపతికి పోయి మూడు నెలలుండాలి, నాకొక ఇరవైవేలు తెచ్చియ్యి" అని సాంబయ్య కొడుకు మహేష్ తండ్రి మీద ఒత్తిడి తెచ్చాడు.

"వాడనింది నిజమే. ఇన్ని రోజులూ కట్టాలు పడి నువ్వెనకేసింది ఏందీ లేదు. కూలీ మగ్గం నేసినన్ని దినాలూ నీ బతుకు ఇంతే, కట్టమో, సుకమో, సొంత మగ్గం ఏసుకో. ఇంట్లో ఎట్టా మగ్గం గుంట వుండనే వుంది. దానికి నేత బిగించి, చీరలు తయారీ చేసి యాపారం చేయాల నువ్వు. అప్పటికి గానీ మన బతుకులు బాగుపడవు" అంది అతని భార్య రెడ్డెమ్మ.

"యాపారం అంటే మాటలు కాదు. లక్షలు పెట్టుబడి పెట్టల్ల, మగ్గాలకు కావలసిన రేషం సిల్కు, నూలు, వార్పు, జరీ అవీ తీసుక్కొని రావల్ల. మళ్లా నేసినాక ఆ చీరలు అమ్ముడు కాకపోతే నెత్తిన గుడ్డ ఏసుకోవల్ల. ఎందుకు మనకీ బైచాట్లన్నీ" గసపోసుకుంటూ చెప్పాడు సాంబయ్య.

"ములకల చెరువు రోడ్డు పక్కన తొండలు గుడ్లు పెట్టే జాగాలో మనకు రెండెకరాల చేను ఎట్టా వుందిగదా. నీళ్లకి కరువొచ్చి ఎట్టా ఆ కయ్యను బీడు పెట్టేసి వుండాము. దాంట్లో ఎట్టా నువ్వు కానీ, నేను కానీ ఇంక మడక దున్నేది లేదు. ఏదో ఒక రేటుకు దాన్ని అమ్మిపారెయ్యి" అని సలహా ఇచ్చాడు సాంబయ్య కొడుకు. సాంబయ్య భార్య కూడా దానికి వంతపాడింది.

పిత్రార్జితమైన ఆస్తిని అమ్మడం సాంబయ్య కిష్టంలేకపోయింది. రెండు, మూడేళ్ల క్రితం వరకూ సాంబయ్య ఆ పొలంలో దుక్కిదున్ని టమేటో పండించేవాడు. మూడేళ్లగా వానలు కురవక ఆ పొలంలో నాట్లు వేయలేదు. దానితో ఆ పొలం బీడుపట్టి ఎడారిని తలపిస్తోంది చూపరులకు.

కొడుకు సలహాను కొట్టిపారేసి, సాంబయ్య కొన్నాళ్లు బ్యాంకుల చుట్టూ తిరిగాడు. కానీ మగ్గం నేసుకొని బతికే సాంబయ్యకు అప్పు ఇవ్వడానికి ఏ బ్యాంకూ ఒప్పుకోలేదు.

"మీ చేనేతోళ్లు మాటలు తియ్యగా చెప్పి లోను తీసుకుంటారు. తరువాత మాఫీ

వస్తుందని ఒక్క కంతు కూడా కట్టరు. మేము మళ్లా చెప్పులరిగేలా మీ ఇళ్ల చుట్టూ తిరగాల్సిందే. మీకు అప్పు ఇవ్వలేం" అని ఖచ్చితంగా చెప్పాడు బ్యాంకు ఫీల్డు ఆఫీసరు.

సాంబయ్య చేసేది లేక తన పొలాన్ని అమ్మకం పెట్టాడు. ఆ విషయం తెలిసి, సాంబయ్య పనిచేసే మగ్గాలషెడ్డు ఓనరు నీలకంఠ సాంబయ్యను పిలిపించి విషయం అడిగాడు.

"నేను ఇంట్లో మగ్గం వేసుకొని, సొంత వ్యాపారం పెట్టుకోవాలని అనుకుంటున్నాను" భయపడుతూ చెప్పాడు సాంబయ్య.

"బాగా పనిచేసే నీ మాదిరిపనోళ్లు వెళ్లిపోతే నాకెంతలాసు? దీని గురించి ఆలోచించినావా? కావాలంటే నీ మజూరీ ఇంకో నూర్రూపాయలు పెంచుతాను" అన్నాడు నీలకంఠ సిగిరెట్టు వెలిగించి ఒక దమ్ము లాగి. కానీ సాంబయ్య ఎంతకీ ఒప్పుకోలేదు.

సరే, నీ ఇష్టం, ఐతే నువ్వు మగ్గం పనిలో కుదురుకున్నప్పుడు నా దగ్గర యాభైవేలు అడ్వాన్సు తీసుకున్నావు. దాని సంగతేంది? ఇప్పుడు నాకది తిరిగిచ్చెయ్యాలి" అన్నాడు ఆసామి.

సాంబయ్య మాట్లాడలేదు ఆసామి దగ్గర తీసుకున్న అడ్వాన్సు ఎప్పుడో ఇంటికోసం ఖర్చు పెట్టేశాడతను.

"ఒక పనిచెయ్యి. నీ రెండెకరాల కయ్య, నేనే కొనుక్కొంటాను ఎకరా ఒకటిన్నరలక్ష లెక్కన, నీకియ్యాల్సిన మూడు లక్షల్లో నా అడ్వాన్సు యాభైవేలు పట్టుకుంటాను" అన్నాడు నీలకంఠ గట్టిగా.

వానలు బాగా కురుస్తూవుంటే, ఆ పొలానికి ఎకరా రెండు లక్షలకు తక్కువరాదు. కానీ ఈ కరువు దినాల్లో ఆ పొలానికి అంత రేటు ఎవరూ ఇవ్వరు. ఆసామి ప్రతిపాదనకు అఇష్టంగానే ఒప్పుకున్నాడు సాంబయ్య. నీలకంఠ పొలాన్ని రిజిస్టరు చేశాక సాంబయ్య చేతికి ఒకటిన్నర లక్ష ఇచ్చి, మిగతా లక్ష ఆరునెలల తరువాత ఇస్తానన్నాడు.

"అంతా డబ్బు ఒకేసారి ఇచ్చేస్తే నువ్వు ఖర్చుపెటేట్టస్తావు. నా దగ్గర డబ్బు ఎక్కడికీ పోదు" అన్నాడు. సాంబయ్య తల వూపాడు.

సాంబయ్య కొడుకు చేతికి ఇరవై వేలిచ్చి, తిరుపతికి వెళ్లి కోచింగ్‌లో చేరమన్నాడు. ఆనందంగా మహేష్ పెట్టె బేడా సర్దుకొని వెళ్లిపోయాడు, మిగతా డబ్బుతో ఏం చేయాలో ఆలోచించాడు సాంబయ్య.

ఒక యాభైవేలు బ్యాంకులో రెండేళ్లకు డిపాజిట్ చేశాడు. కూతుళ్ల పెళ్లిళ్లకు ఆ డబ్బు వాడుకోవచ్చునని అనుకున్నాడు. మిగతా డబ్బుతో మగ్గం నేతకు కావలసిన నూలు,

జరీ వగైరా కొనాలనుకున్నాడు.

పది పట్టుచీరల నేతకు మూడున్నర కిలోల పడుగు (వార్పు), ఐదుకిలోల పేక పడుతుంది. మదనపల్లె రేషం మార్కెట్లో వార్పు కిలో వెల మూడువేల ఆరువందలు, పేక కిలో మూడువేల వరకు వున్నాయి. పడుగు, పేక, జరీ కొనుగోలుకే ముప్పవేలు పైన ఖర్చయిపోయింది. ఇరవై వేలు తీసుకొని కొయ్య పనివాడు మగ్గం తయారు చేసి ఇచ్చాడు. మగ్గానికి కావలసిన సైకిలుచెయిను జకార్డుకు, అచ్చులు కట్టడానికి, డిజైన్ల అట్టలకూ మరొక ముప్పైవేలు ఖర్చయినాయి. మొత్తానికి ఇంట్లో మగ్గం బిగించడానికే అరవైవేలపైన ఖర్చొచ్చింది సాంబయ్యకు.

సాంబయ్య మంచి రోజు చూసి, గుడి పూజారిని పిలిచి, మగ్గానికి పూజ చేయించి, దానికి కుంకుమబొట్లు పెట్టి, టెంకాయ కొట్టి మగ్గం పనిలో దిగాడు. రోజూ పొద్దున్నే సద్ది తాగి మగ్గం గుంటలో దిగితే, మధ్యలో ఒకసారి టీకి, మధ్యాహ్నం భోజనానికీ తప్ప సాయంత్రం ఐదింటి వరకూ మగ్గం నేసేవాడు. పది పట్టుచీరలూ, చూడముచ్చటైన డిజైన్లతో, మంచి రంగులో తయారయ్యే సరికి నెల రోజులపైనే పట్టింది.

సాంబయ్య మంచి రోజు చూసుకొని, చీరలను ఒక సూట్‌కేస్లో పెట్టుకొని బస్సులో మదనపల్లెకు చేరుకున్నాడు. అతడితోపాటు అతని సావాసగాడు నారాయణ కూడా వున్నాడు.

"నువ్వు కూలీ మగ్గం నేసేది మానుకొని, మంచి పని చేసినావు సాంబయ్యన్నా, నా కది వీలుపడకపాయె. నీలాంటి పనోడికి మంచి గిరాకీ కుదురుకునిందంటే అల్లాడిస్తావు గదా?" అని బస్సు ప్రయాణంలో సాంబయ్యను వుత్సాహపరిచాడు నారాయణ. అతను కూడా రామచంద్ర అనే ఆసామి దగ్గర కూలీకి చేతిమగ్గం నేస్తాడు. కొన్నాళ్లు కమీషనుకు చీరల వ్యాపారం చేయాలని చూశాడు. కానీ అది గిట్టుబాటుకాక మళ్లీ మగ్గం పనిలోకి దిగాడు.

మదనపల్లెలోని నీరుగట్టువారిపల్లె పట్టుచీరలకు ఎన్నో ఏళ్లనుంచి ప్రసిద్ధిగాంచింది, టమేటో మార్కెట్ సమీపంలో కొన్ని పట్టుచీరల షాపులున్నాయి. అక్కడి వ్యాపారులు పట్టు చీరలు కొని హోల్‌సేల్, రిటైల్ మార్కెట్లో అమ్ముతూవుంటారు. కదిరికి పోయే హైవేలో వుండడం వలన అక్కడ వ్యాపారం జోరుగా సాగుతూ వుంది.

సాంబయ్య రెండు మూడు షాపుల్లో షాపు యజమానులను కలసి తాను తెచ్చిన చీరలను చూపి, కొంటాడేమో అడిగారు, కానీ వారు ఆసక్తి చూపలేదు. ఒక దుకాణం యజమాని కొంటానన్నా, చీరకు మూడువేలు మించి ఇవ్వలేనన్నాడు.

"పెట్టుబడే ముప్పైవేలు ఐనాయి ఈ చీరలకు. ఇంక కూలీ లెక్కేస్తే ఎంతయ్యేది. చీరకు నాలుగువేలన్నా ఇయ్యన్నా, నీకు పుణ్యముంటాది" అన్నాడు సాంబయ్య. కానీ ఎంత ప్రాధేయపడినా ఆ షాపువాడు మూడువేలకు మించి ఇయ్యడానికి మొగ్గుచూపలేదు. చేసేది లేక నిరాశతో ఆ అంగడి బయటకు నడిచారు సాంబయ్య, నారాయణ. నీరుగట్టువారిపల్లెలో పట్టుచీరల వ్యాపారం చేసే కొందరు షావుకార్లను కలసినా సరైన రేటు ఇచ్చి ఆ చీరలను కొనడానికి ఎవ్వరూ ముందుకు రాలేదు. వారికి వాడుక సరఫరాదారులున్నారు.

సాంబయ్య మనసులో నిరాశ అలుముకుంది, "ఉన్న పొలాన్ని అమ్ముకొని మరీ వ్యాపారంలోకి దిగిన తన కల కల్లగానే మిగిలిపోనున్నదా? తాను మగ్గం నేయడానికే గానీ, నేసిన చీరలతో వ్యాపారం చేయడానికి అనర్హుడా? తన బతుకు ఇక మగ్గం గుంటలోనే తెల్లవారిపోవలసిందేనా?" అనుకున్నాడు విచారంగా.

"ఇంకేం చేస్తాం? పల్లెకు తిరిగి వెళ్లపోతాము నారాయణతో నిరాశగా అన్నాడు సాంబయ్య.

"పొద్దన్నుండీ ఏమీ తినలేదు. టిఫినైనా చేసి పోతాం" అన్నాడు నారాయణ. ఇద్దరూ మార్కెట్ సెంటర్లోని ఒక హోటల్లోకి నడిచారు.

నారాయణ సర్వర్‌కి రెండు మసాలా దోశలు ఆర్డరిచ్చాడు.

"తాను నేసిన చీరల్లో ఏమైనా లోపముందా? అప్పటికీ శక్తివంచన లేకుండా చీరలను తాను తయారు చేశాడు. రంగుల ఎంపికలో అంచులు, డిజైన్ల విషయంలో జాగ్రత్తలు తీసుకున్నాడు. తన అనుభవాన్నంతా రంగరించి తయారు చేశాడు. మరెందుకు సరైన ధర పలకడం లేదు?" అనుకుంటూ సాంబయ్య సూట్‌కేసును టేబుల్‌పై వుంచి తెరిచి తాను తయారు చేసిన చీరల వంక చూశాడు.

ఎదురు కుర్చీలో కూర్చుని టీ తాగుతున్న నలభై ఏళ్లవ్యక్తి ఆ చీరల వంక ఆసక్తిగా చూశాడు.

ఆవ్యక్తి "మీరెవరప్పా? ఈ చీర్లను అమ్ముతావుండారా? కొనేసివచ్చినారా?" అని సాంబయ్యను ప్రశ్నించాడు. సాంబయ్య జవాబిచ్చాడు.

"ఇంతమంచి చీరలు కొనేదానికి ఎవురూ ఇంట్రస్టు చూపలేదంటే విచిత్రంగా వుంది. నాదీ బెంగుళూరు కెంపగౌడ సర్కిల్లో పట్టుచీరల అంగడి వుండాది. చీరలు కొనేదానికి ఈ వూరొచ్చినా, ఇక్కడ అంగడోళ్లు దిక్కుమాలిన రేట్లు చెప్తావుండారు. కావాలంటే ఈ చీర్లు ఒక్కోదానికి ఐదువేలిచ్చి కొనేస్తాను నేను" అన్నాడు సిద్దప్ప అనే ఆవ్యక్తి.

సాంబయ్య మొఖం వికసించింది. సూట్‌కేసు తెరచి ఒక్కొక చీరను సిద్ధప్పకు చూపించబోయాడు. "ముందు టిఫెన్ చేయండి, మళ్లీ మాట్లాడ్తా" అన్నాడు సిద్ధప్ప.

సాంబయ్య, నారాయణ సర్వర్ తెచ్చిన దోశలను గబ గబ తిని, చేతులు కడుక్కున్నారు. సాంబయ్య నేసిన చీరలను ఒకొటొకటిగా చూశాడు సిద్ధప్ప. సాంబయ్య కంటికాయన దేవుడిలా కనిపిస్తున్నాడు.

"చీర్లు చాలా బాగుండాయప్పా. నువ్వు వీట్ని బెంగుళూరుకు తీసుకొనొచ్చుంటే చీర ఒక్కోదానికి ఆరువేలు కూడా ఇచ్చి తీసుకోనుంటారు అంగిడోళ్లు. మళ్లీ దానిపై లాభం వేసుకొని కస్టమర్లకు అమ్ముకుంటారు. సరే, ఈ చీరలు మొదటిసారి తయారు చేసుకోనొచ్చి అమ్ముతావుండావు కాబట్టి నీకు అప్పుపెట్టను. ఇదిగో నీ దుడ్లు అని కాష్‌బేగ్‌లోనుండి యాభైవేల రూపాయలు తీసుకొని సాంబయ్యకు ఇచ్చాడు. మతిపోయినట్లైంది సాంబయ్యకు.

"ప్రతీసారీ నాకు మదనపల్లెకొచ్చే దానికి అవదు. మీరే ప్రతీనెలా నాకు చీరలను బెంగుళూరుకు తెచ్చియ్యండి. మీకు కనడా వచ్చునా?" అన్నాడు సిద్ధప్ప.

సాంబయ్య, నారాయణ నిరాశగా తల అడ్డంగా వూపారు. వారిద్దరి కుటుంబ వివరాలు కనుక్కొన్నాడు సిద్ధప్ప.

"పది వూర్లు తిరిగి వ్యాపారం చేయాలంటే పది భాషలు వచ్చుండాలప్పా. లేదా ఇంగ్లీషు వచ్చినా చాలు. ఎట్లా మీ ఇద్దరి కొడుకులూ డిగ్రీ చేసి ఖాళీగా వున్నారంటావున్నారు కాబట్టి ఏదోఒకరోజు నెలకొక తూరి మీరు నేసిన చీరలను ఆ పిలకాయలను తీసుకొని బెంగుళూరుకు రమ్మనండి, మా ఫ్రెండ్సు కొందరికి గుడ్డల షాపులుండాయి. నేను వాళ్లకు మీ గురించి చెప్తా. నా కంటే తెలుగు వచ్చు. వాళ్లకు రాదు. మీ పిలకాయలొస్తే వాళ్లతో మాట్లాడి చీరలను ఇచ్చి డబ్బులు తీసుకోవచ్చు. వాళ్లూ వుద్యోగాల కోసం వెతుక్కోవాల్సిన పనుండదు" అన్నాడు సిద్ధప్ప నవ్వుతూ.

"మగ్గం పనిలో కూలీగా జీవితం గడిపి వుంటే తన బతుకు మగ్గం గుంటలోనే తెల్లారిపోయేది. ధైర్యం చేసి స్వంతంగా పెట్టుబడి పెట్టి వ్యాపారంలోకి దిగినందుకు దేవుడి దయవల్ల తనకు బోణీ బాగానే జరిగింది. కూతుళ్లకు మంచి సంబంధాలు చూసి పెళ్లిళ్లు చేసి, ఒక స్వంత ఇల్లు ఏర్పరుచుకోవాలన్న తన కల నిజమయ్యే రోజు ఎంతో దూరంలో లేదు" అని ఆనందంగా అనుకున్నాడు సాంబయ్య తిరుగు ప్రయాణంలో.

వలయం

గ్రీష్మం!

ఉదయం పది గంటలకే ఎండ నిప్పులు కక్కుతూ వుంది. కుందేలును మింగి బద్ధకంగా పడుకొని వున్న కొండచిలువలా మెలికలు తిరిగిన తార్రోడ్డు ఎండలో మిలమిలా మెరుస్తూ వుంది.

దేవళంపేట సెంటరులో సోడాలు, షర్బతులు అమ్మే అంగళ్లలో వ్యాపారం జోరుగా సాగుతూ వుంది. అటు తిరుపతి, ఇటు పెనుమూరు నుండి వచ్చి పోయే బస్సుల హారన్ల మోతతో సందడిగా వుందా ప్రాంతం.

పచ్చికాపల్లం రోడ్లోంచి ఓ పాలవేను వేగంగా వచ్చి సెంటర్లో చిన్న కుదుపుతో ఆగింది. బీడీ ముట్టించుకొని డ్రైవరు బాషా డోర్ తీసుకొని కిందికి దిగినాడు.

"ఏం బాషా అన్నా, అప్పుడే తిరప్తిలో పాలకేన్లు దింపేసి వచ్చినట్లుండావే, స్ట్రాంగ్‌గా ఒక టీ కొట్టించమంటావా?" బాయిలరు పక్కగా తలపెట్టి అడిగినాడు టీ అంగడి మాణిక్యం.

బాషా ఒక దమ్ము లాగి తల వూపాడు. పాల వేన్లోంచి మాసిన బట్టల్లో దిగిన మరో యాభై ఏళ్ల శాలీ చుట్టు పక్కల కొత్త పరిసరాలను వింతగా గమనిస్తూ టీ కొట్టు దగ్గరకు నడిచి, భుజాన తగిలించుకొని వున్న పాత లెదర్ బ్యాగు కిందికి దించి, "నాకూ ఒక లైట్ టీ ఇయ్యన్నా" అన్నాడు.

"ఏ వూరునా మనది? ఈడ ఎవురింటికొచ్చినావు?" టీ చల్లారుస్తూ ప్రశ్నించాడు మాణిక్యం కొత్త మనిషిని గమనించి.

"మాది తమిళనాడు బార్డరు, సత్యవేడు పక్కనే కాళమనాయుడుపేట అని వుండాదిలే" టీ అందుకుంటూ చెప్పాడు మాసిన తెల్ల చొక్కా, ఖద్దరు పంచెలోని ఆ పెద్దాయన.

"అబ్బో, చాలా దూరం నుండి వచ్చేసున్నావే. ఏ వూరికి పోవల్ల?" కుతూహలంగా ప్రశ్నించారు మాణిక్యం.

"ఈడేదో తాటిమాకులపల్లె అనే పల్లుండాదంట. ఆడ మాకు దూరపు చుట్టం నాదముని అనే మగ్గాలాయన వుండాడులే. ఆయన్తో పనుండి వచ్చినాను" టీ చప్పరిస్తూ చెప్పాడు. చెంగల్రాయుడనబడే ఆ పెద్దాయన. వేడి టీ కడుపులో పడడంతో ప్రయాణపు

బడలికతో వాడిపోయిన ఆయన మొఖంలో కొంత తెరపి కనిపించింది.

"తాటిమాకులపల్లా? ఆ వూరికి పొయ్యే బస్సు పన్నెండుకి గాని రాదు, ఆ రేకుల షెడ్డు పక్కనే వుండే మావిడి తోపులోంచి ఆ వూరికి పొయ్యే కాలి దారి వుండాది. మూడు మైళ్లు ఓపిగ్గా నడిచినావంటే పక్క కొరికినంత సేపులో ఆ వూరికి చేరుకోవచ్చు" అన్నాడు మాణిక్యం.

"నేను నాదమున్ని బిరీన కలుసుకోవాల. అడ్డదారిలోనే పోతాన్లే" టీకి డబ్బు చెల్లించి తన బ్యేగు అందుకుంటూ చెప్పాడు చెంగల్రాయుడు.

* * *

మావిడితోపు పక్కనే వున్న పొలాల మాటున 'యుద్ధంలో తల దించని వీరుడిలా గంభీరంగా కనిపిస్తున్న ఎత్తైన గుట్టను' వింతగా చూసుకుంటూ, దారిలోని చెరుకుతోట గట్ల వెంబడి నడిచి, ఆయాసపడ్తూ మట్టి రోడ్డులోకి చేరుకున్నాడు చెంగల్రాయుడు. కానుగచెట్టు కిందనే వున్న సిమెంటు చప్టాపై బీడీ కాల్చుకుంటూ వున్న ఓ ముసలాయన్ను తాటి మాకుల పల్లెకు దారి అడిగాడు.

"ఇట్నే తిన్నగా ఈ మట్టి రోడ్డు మీద కొంచేపు నడిస్తే దాసరి మఠం అనే స్తంబాల గుడి కనిపిస్తాది, దాని పక్కనుండేదే తాటిమాకులపల్లె" తాపీగా చెప్పాడు పెద్దాయన.

సిమెంటు చప్టాపై పది నిమిషాలు కూర్చుని అలుపు తీర్చుకొని, నడక కొనసాగించి నెత్తిన చుర్రుమనే ఎండలో మాడుతూ తాటిమాకుల పల్లెకు చేరుకున్నాడు చెంగల్రాయుడు. ఎనుముల్ని అదిలిస్తూ పోతూ వున్న ఓ యువకుణ్ణి నాదముని గురించి అడిగినాడు.

"మగ్గాల నాదమునా? ఈడ నాలుగైదేళ్ల ముందు వరకు కొందరు మగ్గాలోళ్లు చీర్లు, లుంగీలూ నేస్తావుణ్ణేరు. ఆ పని అచ్చుబాటు లేదని, వాళ్లు ఇళ్లు ఖాళీ చేసి తిరప్తిలో మట్టిపని చేసేదానికి ఎలబారినారు. ఇప్పుడీడెవరూ మగ్గాలోళ్లు లేరు" చెప్పాడా యువకుడు. చెంగల్రాయుడు వుసూరుమని నిట్టూర్చి తాననవసరంగా ఇంత దూరం వచ్చాననుకున్నాడు. బాధతో వెనుదిరుగుతూ వుండగా ఒక ఆడామె కల్పించుకొని "పక్కనే వుండే హరిజనవాడలో ఓ మగ్గాలాయన వుండల్ల, ఆడ అడిగి చూడు" అంది.

"ఇంత దూరం వచ్చినాను, అదీ చూస్తాను" అనుకుంటూ చెంగల్రాయుడు బేగు భుజాన వేసుకొని దూరంగా కనిపిస్తున్న హరిజనవాడ వైపు నడిచాడు.

హరిజనవాడలో మగ్గాలుండే ఇల్లు కనుక్కోవడం పెద్ద కష్టం కాలేదు చెంగల్రాయుడుకి, మృదంగ నాదంల టకటకా వినిపిస్తున్న మగ్గం శబ్దం వినపడే చుట్టిల్లు వైపు నడిచాడు. క్షణం సేపు ఇంటి ముందు ఆగి, తలుపుపై చప్పుడు చేశాడు.

"ఎవురాడా?" మగ్గం గుంటలోంచే అడిగాడు నేతగాడు.

"న్నో. ఈడ మగ్గాలు నేసే నాదముని ఇల్లేడ?" బయట్నించే అడిగినాడు చెంగల్రాయుడు.

"ఆ పేరు గల్లోళ్లు ఈ వూర్లో ఎవురూ లేరే" అంటూ బయటికొచ్చిన మనిషిని చూసి ఆశ్చర్యపోయాడు చెంగల్రాయుడు.

"నారాయణా, నువ్వా?" అని గాబరాగా అడిగాడు.

నారాయణ చెంగల్రాయుడిని చూసి కొయ్యబారిపోయాడు. కాసేపు నోట్లో మాట రాకుండా వుండిపోయాడు. చివరికి ఇంట్లోకి నడుస్తూ "ఏమయ్యో, నువ్వేందీడ? ఎప్పుడొచ్చినావు, ఏం కత?" అని రాయుడు కూర్చునేందుకో రేకు కుర్చీ వేశాడు.

చెంగల్రాయుడు సంచి కింద పెట్టి కుర్చీలో అలసటగా కూర్చుని భుజానున్న కండువాతో మొఖానికి పట్టిన చెమట తుడుచుకుంటూ మౌనంగా వుండిపోయాడు. నారాయణ స్టూల్‌పై నున్న టేబిల్‌ఫ్యాన్ ఆన్ చేసి కుండలోంచి ఓ గ్లాసుతో నీళ్లు ముంచుకొచ్చి రాయుడికిచ్చాడు. అప్పుడే బయట నుండి వచ్చిన నారాయణ భార్య రాజమ్మ చెంగల్రాయుడిని చూసి ఆశ్చర్యపోయింది.

చెంగల్రాయుడు ఏదో చెప్పబోయి, దగ్గు తెరముంచుకొచ్చి మౌనంగా వుండిపోయాడు.

"తెల్లారి ఏం తిని వచ్చినావో ఏమో! ముందు భోంచెయ్యి. తరువాత మాట్లాడుదాం" అన్నాడు నారాయణ. రాజమ్మ పక్కనే అన్నంగిన్నె, మరో చిన్న గిన్నెలో వూరగాయ పట్టుకొచ్చింది. పీట వాల్చి విస్తరాకులో అన్నం వడ్డించింది.

చెంగల్రాయుడు బయటకు నడిచి బానలో నీళ్లు ముంచుకొని చేతులు కాళ్లు కడుక్కొని లోనికి వచ్చాడు. పొద్దున్నుంచీ ఏమీ తినకపోవడంతో అతని పేగులు అల్లల్లాడుతున్నాయి. బస్సు టికెట్టు ఆదా చేయాలని, పాలవేను డ్రైవరుకో పది రూపాయలిచ్చి తిరుపతి నుండి దేవళంపేటకు వచ్చాడు. అవురావురుమని భోం చేయసాగాడు. భోజనం ముగించగానే అతనికి ప్రయాణపు బడలికతో నిద్ర ముంచుకొని వచ్చింది. నారాయణ పరచిన చాపపై పడుకొని గురక పెట్టి నిద్రపోసాగాడు. అతడిని చూస్తున్న నారాయణకు జ్ఞాపకాల పొర కదిలినట్లైంది.

* * *

ఒకప్పుడు కాళమనాయుడు పేటలో చెంగల్రాయుడు పెద్ద షావుకారి, నూరో నెంబరు లుంగీలు నేసే ఎనిమిది మగ్గాలతో బాటు, ఐదెకరాల పొలం కూడా వుండడంతో నెల నెలా ఇరవై, ముప్పై వేల ఆదాయం కళ్ల జూసేవాడు. నారాయణ అతని వద్దే కూలీకి

మగ్గం నేసేవాడు. ఎన్నేళ్లు గడచినా చాలీచాలని మజూరీతో ఎదగని తమ జీవితం నారాయణ భార్య రాజమ్మకు మింగుడు పడలేదు. తండ్రి నుంచి సంక్రమించిన పూరిపాక స్థానంలో చిన్నదైనా ఒక ఇల్లు కట్టుకోవాలని నారాయణను నిరంతరం పోరేది. హైస్కూలు దశలో వున్న తమ ఇద్దరి కొడుకులనైనా బాగా చదివించాలని, వారి పైచదువులకు డబ్బులు కూడబెట్టాలని నారాయణను పోరుతూ వుండేదామె.

నారాయణకు వారానికొకసారి ఎనిమిది లుంగీల సాపు నేసినందుకు మూడు వందల కూలీ గిట్టుబాటవుతుంది. మజూరి పెంచమని రాయుడ్ని అడిగాడు నారాయణ.

"నూలు రేట్లు బాగా పెరిగిపోయినాయి. రంగులు, కెమికల్సు రేట్లు ఎగబాకిపోయె, అల్లు పట్టేదానికీ, అచ్చులతికేదానికీ, కలర్ ఫ్యాక్టరీటలోళ్లకి అందరికీ ఠంచనుగా దుడ్లియ్యాల, గుడియాత్తానికి లుంగీలతో పొయినప్పుడంతా దండిగా ఖర్చవుతాంది. అక్కడ అంగిళ్ల వోళ్లు రూపాయ సరుకు అర్ధరూపాయకిస్తావా? అని అడుగుతారు. మీకిప్పుడు కూలీలు కూడా పెంచితే ఇంకేముండాది? నా నెత్తిన గుడ్డే" అన్నాడు చెంగల్రాయుడు.

రాయుడు అబద్ధమాడుతున్నాడని నారాయణకు తెలుసు! కాని ఏం చేస్తాడు? తన అవసరాన్ని చెంగల్రాయుడు పావుగా వాడుకుంటున్నాడు.

నారాయణ కుటుంబంతో సహా ధర్మవరం చేరిపోయాడు, పట్టుచీరలు నేసే నేతగాళ్లకు అక్కడ భారీ అడ్వాన్సులు, మంచి జీతాలు వుంటాయని విన్నాడతడు. 'కాకపోతే గాడిద చాకిరీ చెయ్యాలంట'.

మూడేళ్లపాటు నారాయణ రెండు షిఫ్టుల్లో కఠోర శ్రమకోర్చి జాకార్డు మగ్గం నేశాడు. ఆసామి ఇచ్చిన యాభై వేల అడ్వాన్సుతో పిలకాయల్దిరినీ మంచి స్కూళ్లలో వేశాడు. తినీ తినక మూడేళ్లలో లక్ష రూపాయలు మిగలబెట్టాడు. కానీ పగలు, రాత్రి మగ్గం నేసి అతడి ఆరోగ్యం దెబ్బతింది.

ఒకటే దగ్గు, ఆయాసం, నేత పనిలో తప్పనిసరైన దుమ్ము, ధూళితో ఊపిరితిత్తుల వ్యాధి సంక్రమించిందతనికి. మూడు నెల్లపాటు మదనపల్లె టీ.బీ. శానిటోరియంలో వుండొచ్చాడు. యాభై వేలు ఖర్చయిపోయాయి. మనిషి చిక్కి సగమైపోయాడు.

"ఇంక ఈ చాకిరీ నీకొద్దు, మనూర్లోనే కలో గంజో తాగి బతుకుదాం" అంది రాజమ్మ. తన దగ్గర మిగిలిన యాభై వేలతో ఆసామి దగ్గర తీసుకున్న అడ్వాన్సు తిరిగిచ్చి, మళ్లీ స్వంత వూరు చేరుకున్నాడు నారాయణ.

మూడేళ్లలో కాళమనాయుడుపేట పరిస్థితి మారిపోయింది. చేతి మగ్గాల స్థానంలో కరెంటు మగ్గాలు వచ్చాయి. చేతిమగ్గంలో రోజంతా కష్టపడితే తయారయ్యే లుంగీ పవర్

లూంలో గంటలో తయారౌతుంది నాణ్యత కొంచెం తగ్గినా, ఆసామికి ఖర్చులు, కూలీలు తగ్గుతాయి. అంతేగాక పవర్ లూంపై నేసే 'చెక్‌షర్టింగు, గాడా క్లాత్' అమెరికాకు, ఆఫ్రికా దేశాలకు ఎగుమతౌతుంది. వాటికక్కడ మంచి గిరాకీ వుంది. రోజూ ఆ గుడ్డలు మోసుకుంటూ వేన్లు చెన్నైలోని ఎక్స్‌పోర్టు ఏజెన్సీలకు పరుగెడుతున్నాయి.

నారాయణ మళ్లీ చెంగ(త్రా)యుడిని కలిసి పని అడగడానికతడి ఇంటికి వెళ్లాడు.

చెంగ(త్రా)యుడి ఇంటిపై మరో అంతస్తు వెలిసింది. ఇంట్లో సోఫాసెట్లు, కూలర్లు చోటు చేసుకున్నాయి. వరండాలోని ఈజీ ఛేర్లో కూర్చుని కింగ్‌సైజు సిగిరెట్ కాలుస్తున్నాడు రాయుడు.

నారాయణ చెప్పిందంతా "అచ్చొచ్చా, అట్టనా" అంటూ తాపీగా విన్నాడు రాయుడు.

"బేంకి నుండి లోను తెచ్చి ఎనిమిది కరెంటు మగ్గాలు పెట్టున్నా, దానికెనిమిది మంది మనుషులు చాలు. ఈ కరెంటు మగ్గాల కత నీకు తెలీదు. నీకిప్పుడు పనియ్యలేనే" హేళనగా అన్నాడు చెంగ(త్రా)యుడు. దమ్ములాగి తాపీగా.

తానతని దగ్గర పని అర్ధాంతరంగా మాని వెళ్లినందుకు చెంగ(త్రా)యుడు తన మీద గుర్రుగా వున్నాడని అర్థమైంది నారాయణకు.

"చేనేత కోటాలో ఇళ్లిస్తా వుండారట, ఇప్పుడుండే పూరిల్లు ఒకటే కారతా వుంది. వానా కాలం అస్సలు నేయలేము. గుంటలోకి నీళ్లు వూరి పడుగు పాడౌతుంది. నువ్వొక మాట చెప్తే ఎమ్మెల్యే కోటాలో నాకు ఇల్లొస్తుంది" అన్నాడు నారాయణ.

"ఎమ్మెల్యే లిస్టులో ఎవుడెవుడి పేర్లు రాసుకుంటాడో ఆయనిష్టమూ. నేను చెప్తే వినేరకం కాదాయన" అన్నాడు చెంగ(త్రా)యుడు.

చెంగ(త్రా)యుడు ఎమ్మెల్యేకు దగ్గరని నారాయణకు తెలుసు, కానీ గట్టిగా అడగలేడు.

"పోనీ బేంకులో లోనిప్పి, సొంతంగా మగ్గం పెట్టుకుంటాను" అని ప్రాధేయపడ్డాడు నారాయణ.

రాయుడు దానికీ ససేమిరా అన్నాడు.

నారాయణ ఏం చెయ్యాలని తర్జన భర్జన పడే రోజుల్లోనే బంధువులింట్లో పెళ్లికి వెళ్లి కాకతాళీయంగా గంగుల్ని కలిశాడు. నారాయణ బాధ అర్థమైంది గంగులికి. పెళ్లికొడుక్కు గంగులు (ఫ్రెం)డట, తాటిమాకులపల్లె నుండి పెళ్లికి వచ్చాడు.

"సాలోళ్లను చూసి మా వోళ్లు కొందరు మగ్గాల్లోకి దిగినారు. పని చేతకాక, గిట్టుబాటు రావడం లేదని తిరుపతికి, బెంగుళూరు వలసెళ్లిపోయినారు. ఆ ఇళ్లూ, మగ్గాల గుంతలు అట్నే వున్నాయి. మీరు నేసే చీరలు, లుంగీలు మాకు అగ్గువగా వస్తాయి. అంగిళ్లలో

నూర్లు పోసి వాటిని కొనలేము. నీకిష్టమైతే మా వూరికొచ్చే సెయ్యి. కాకపోతే మా వోళ్ల మధ్య వుండేదానికి నీకిష్టమేనా?" అనడిగినాడు గంగులు. దానికి తనకేమీ అభ్యంతరం లేదన్నాడు నారాయణ. ఇంట్లో జరుగుబాటు ముఖ్యం. ఆ విధంగా ఎక్కడో వున్న వూరి నుంచి వచ్చి నారాయణ తాటిమాకులపల్లెలోని హరిజనవాడలో స్థిరపడడం జరిగింది. అక్కడి మనుష్యుల అనుబంధాలు ఆప్యాయతలు చూసి ఆ వూరు విడిచిపెట్టి వెళ్లలేకపోయాడు. కొడుకులను కూడా పెనుమూరులోని కాలేజీలో చేర్పించాడు. నాలుగు రాళ్లు వెనకేసి ఓ మోస్తరు ఇల్లు కట్టుకోగలిగాడు కూడా.

* * *

మధ్యాహ్నం రెండింటికి నిద్ర లేచిన చెంగల్రాయుడు ముఖం కడుక్కొని వచ్చాడు, స్టీలు గ్లాసులో రాజమ్మ ఇచ్చిన టీ తాగుతూ వుంటే అప్రయత్నంగా అతడి కళ్లలో నీళ్లుబికి వచ్చాయి.

"అదేంది సామీ, మీరేడుస్తా వుండారు. అంత సొత్తుండే మారాజులు" తత్తరపడుతూ అన్నాడు నారాయణ.

"అదంతా ఒకప్పుడు నారాయణా. నన్ను నమ్ముకొని నా సొత్తును కష్టపడి పెంచినారు మీరంతా. మీకు అన్నేయం చేసిందానికి దేవుడు పెద్ద శిచ్చే వేసినాడు నాకు" అన్నాడు చెంగల్రాయుడు. ఒకప్పుడు పెద్దపులిగా గాండ్రించే రాయుడు బెదురు చూపుల మేకపిల్లలా అగుపించాడు నారాయణకు.

"అదేందయ్యో, కరెంటు మగ్గాల్లో నువ్వు లచ్చలు సంపాదిస్తా వుండావనుకున్నానే నేను' అన్నాడు నారాయణ.

"ఆ కరెంటు మగ్గాలే కొంప ముంచినాయి. పైదేశాలకు గుడ్డలంపించి బాగా సంపాదించాలనుకున్నే, అక్కడి నుండి మూడు నెలలకు గాని పేమెంటు రాదు. రెండు, మూడేళ్లు సరిగ్గానే పేమెంటిస్తా వచ్చినాడు మద్రాసులో ఆర్ముగమనే ఎక్స్‌పోర్టు ఏజెంటు. నాకుండే ఐదెకరాలు సత్యవేడులో గవుర్మెంటు పెట్టిన సెజ్జులకిచ్చేయమని పోరినాడు నా కొడుకు భూపతి. అట్లా వచ్చిన డబ్బులు సగం తీసుకొనేసినాడు. మిగిలిన డబ్బుతో ఇంకో పది కరెంటు మగ్గాలు కొని ఎక్స్‌పోర్టు ముమ్మరంగా చేస్తా వచ్చినాడు. వడ్డీలకు అప్పులు తెచ్చి వ్యాపారంలో పెట్నాను. బంగారు గుడ్లు పెట్టే బాతు కోస్తా వుండామని తెల్లే మాకప్పటికి.

చేతిలో విపరీతంగా డబ్బులాడతా వుండే కొందికి నా కొడుకు మద్రాసుకు పోయి రేసులు, తాగుడు అని జల్సా చేయను మొదలు పెట్టినాడు. నేను, నా కోడలు అరిచి

మొత్తుకున్నా విన్లేదు. చేతిలో దబ్బంతా మగ్గాలపైన పెట్టినాను. వద్దని కొందరు మొత్తుకున్నా వినకుండా ఆశకు పొయ్యి ఒకేసారి డెబ్బై లక్షల సరుకు ఏజెంటుకిచ్చినా ఎక్స్‌పోర్టుకు. పేమెంటు నాలుగు నెలలైనా రాకపోయే కొందికి ఏజెంటుకు ఫోన్ చేసినా, ఇద్దో వచ్చేసింది, అదో వచ్చేస్తుంది అని వాడు బెమ పెట్టినాడు. అనుమానంతో మద్రాసుకు పొయ్యి చూస్తే ఏముండాది. ఆ ఏజెంటు బోర్డు తిప్పేసి పూడ్సుండాడు. పోలీసు కంప్లెయింటిచ్చి వెతికించినా లాబం లేకపోయే. వూర్లో అప్పులు చానా వుండాది. నా కొడుకు లివరు జబ్బుతో హాస్పిటల్లో చేరినాడు. వాడి పిలకాయలు చిన్నోళ్లు. ఇల్లమ్మి ఆస్పత్రి బిల్లు కట్టి, అప్పులు తీర్చినా, కోడలు నైసు పిల్ల. కష్టం చేయలేదు. పూలమ్మిన చోట కట్టెలు అమ్మలేక వూరూరు తిరిగి చుట్టాలను దబ్బు సర్దమని, లేదా పనిప్పీమని దేబిరిస్తా వుండా" ఏడుస్తా చెప్పినాడు చెంగల్రాయుడు. నారాయణకు తల తిరిగి పోయినట్లైంది. "ఎట్లాంటోడు ఎట్లా ఐపోయినాడు" అనుకున్నాడు.

"పోనీలే చెంగయ్యా, నేను నేసే బుటా చీరలకు, లుంగీలకు చుట్టుపక్కల పల్లెల్లో మంచి డిమాండుండాది. నేనొక్కణ్ణే ఇంత పని చెయ్యలేకుండా వుండాను. నువ్వు కొడుకు, కోడలు, పిలకాయలను తొడుక్కుని ఈడికే వచ్చెయ్యి. పక్కింట్లో ఇంకో గుంటుండాది. మగ్గం పని చేస్తా ఈడ్నే వుండిపోవచ్చు నీకిష్టమైతే" అన్నాడు నారాయణ.

చెంగల్రాయుడు కళ్లు తుడుచుకొని, నారాయణ చేతులు పట్టుకొని "నువ్వు మడిసివి కాదు. బగమంతుడితో సమానం" అన్నాడు గద్గదికంగా.

ఏ చెట్టుపై నుండో కోయిల పాట వినిపిస్తా వుంది.

23, అక్టోబర్, 2011 - వార్త
(ఆదివారం అనుబంధం)

తాతకో నూలుపోగు

మా చిన్నాన్న గారమ్మాయి లావణ్యకు ఎంగేజ్‌మెంట్ ఫంక్షనట. తప్పనిసరిగా రావలసిందిగా మా చిన్నాన్న ఫోన్ చేశాడు. ఆఫీసుకు నాలుగు రోజులు సెలవు పెట్టాను.

తొగటపల్లె తిరుపతి నుంచి పద్దెనిమిది కిలోమీటర్ల దూరంలోనే వున్నా, నాకెప్పుడూ అక్కడకు వెళ్ళాల్సిన అవసరం రాలేదు.

"ఎలాగూ తిరుపతి వరకూ వెళ్తున్నావుగా, అక్కడికి దగ్గర్లోనేగా తొగటపల్లె. విశ్వం జీతం డబ్బులు పట్టుకెళ్లి ఇచ్చెయి! నాకు శాలరీ మొత్తానికి డ్రాఫ్టు తీసే బాధ తప్పిపోతుంది" అన్నాడు మా సూపర్నెంటు రంగనాథం. నాకు గురువులాంటి వాడు, ఆయన మాటలు కాదనలేను.

పచ్చకామెర్లు అటాకై రెండు నెలలుగా సిక్‌లీవ్‌లో స్వగ్రామంలోనే వున్నాడు మా కొలీగ్ విశ్వం. రంగనాథానికి రసీదు రాసిచ్చి, విశ్వం జీతం డబ్బులతో బాటు హైదరాబాద్ నుండి హైటెక్ బస్‌లో తిరుపతి చేరుకున్నాను.

ఎంగేజ్‌మెంట్ బాగా జరిగింది. పెళ్ళికొడుకు అనిల్ అందగాడు. న్యూజెర్సీలో సాఫ్ట్‌వేర్ ఫర్మ్‌లో మంచి పొజిషన్లోనే వున్నాడట. రెసిషన్‌లో దెబ్బ తినలేదట అతని ఉద్యోగం. సో గుడ్!

సాయంత్రం హైదరాబాద్‌కు ట్రైన్‌లో బయలుదేరాల్సి వుంది. పొద్దున్నే బస్టాండుకెళ్లి ఎర్రబస్సెక్కి తొగటపల్లె చేరుకున్నాను.

బస్సు దిగగానే 'టకటక" మని ఎటు చూసిన మగ్గాల చప్పుళ్లు విన వచ్చాయి. తొగటపల్లె నేత పనికి ఫేమ్మస్సని నేను ఎప్పటి నుండో విని వున్నాను. రోడ్డంబడి నడుస్తూ వుంటే విశ్వం ఇంటిదాకా ఆ టకటకా శబ్దాలు నాకు తోడొచ్చాయి.

విశ్వం వాళ్ళమ్మగారు నన్ను హాల్లో కూర్చోమని, ఫ్యాన్ వేసి మంచినీళ్లు తీసుకొచ్చి ఇచ్చారు. విశ్వం డాక్టరు దగ్గర చెకప్ కోసం రేణిగుంట వెళ్ళాడట. తన తమ్ముడితో, ఫోన్ చేసి వచ్చి వుండవలసింది అనుకున్నాను.

మరో అరగంటలో విశ్వం వచ్చేస్తాడని వాళ్ళమ్మ అనడంతో అక్కడే వెయిట్ చేయాలనుకున్నాను. కానీ ఇంటికి వచ్చిన బంధువులతో విశ్వం వాళ్ళమ్మ కబుర్లలో

వుంది. మళ్ళీ వస్తానని చెప్పి, ఇంటి బయటకు నడిచాను.

దూరంగా ఏదో గుడి లాంటిది కనిపించింది, కాసేపక్కడ కాలక్షేపం చేద్దామనుకొని అటువైపు నడిచాను. ఇంతలో ఒక ఇంటి వరండాలో పేర్చి వున్న నేత చీరలు నన్ను ఆకర్షించాయి. వాటిని చూస్తూ ఆ వరండా దగ్గరే కాసేపు నిలబడ్డాను.

ఇంట్లోంచి మగ్గం నేస్తున్న శబ్దం లయబద్ధంగా వినిపిస్తోంది. నేను ఇంత వరకూ మగ్గం నేస్తూ వుండగా చూసింది లేదు. కుతూహలంగా ఇంట్లోకి తొంగి చూశాను.

అరవై, అరవై ఐదేళ్లున్న ఓ పండు ముసలివాడు ముతక బనీను, పంచెతో మోకాలిలోతు గుంటలో నిలబడి మగ్గానికి వాటు వేస్తున్నాడు. అతనికి కొద్దిగా దూరంలో నేలపై కూర్చుని వున్న ఓ పదేళ్ళపాప దీక్షగా చీరపై ఏదో వర్క్ చేస్తూ వున్నది.

అలికిడి విని ఆ ముసలాయన తలపైకెత్తి చూసి, “రాండి సార్... ఆడనే నిలబడిపోయినారే” అన్నాడు. చిరునవ్వుతో...

నేను లోపలికి నడిచి ఓ సారి చుట్టు కలయ చూశాను. ఓ పాత నవ్వారు మంచం, చెయ్యి విరిగిన చెక్క కుర్చీ బ్లాక్ అండ్ వైట్ పోర్టబుల్ టీవీ, అటకపైన డొక్కు సూట్‌కేసు, పాత సామాన్లు. అరుగుపైన కిరసనాయిలు స్టౌ ఆ ఇంటి పేదరికాన్ని ఎత్తి చూపుతూ వున్నాయి. సీలింగుకి బిగించి వున్న సైకిల్ ఛెయిను లాంటి పరికరాలు, వాటి నుండి వేలాడుతున్న అట్టల వంక ఆశ్చర్యంగా చూశాను. అలమరాలో దొంతరలుగా వున్న రంగు రంగుల లుంగీలు, వాటి పక్కనే వున్న కొన్ని చీరలు నన్నాకర్షించాయి.

ముసలాయన, “గౌరీ, సారుకు కుర్చీ వెయ్యి” అనగానే ఆ పాప లేచి చెక్క కుర్చీని నా దగ్గరకు జరిపింది.

“బాబు గారూ ఎవరింటికొచ్చినారో” అని ఆసక్తిగా ప్రశ్నించాడు ముసలాయన. విశ్వం పేరు చెప్పగానే “ఓ, పల్లా వాళ్లింటికా? పసిరికలు తగ్గినాయేంటి ఆ బాబుకి?” అన్నాడు.

నేను వెంటనే ఇంటికి వెళ్ళి చేసేదేమీ లేదు. క్యాజువల్‌గా ఆ మగ్గాల పని గురించి, చీరల మార్కెటింగ్ గురించి ఏదో ఉబుసుపోని ప్రశ్నలు వేయనారంభించాను.

“ఆ, ఏం పనిలే బాబూ, తాతల కాలం నుంచీ ఇదే పనిలో వున్నాం. మా తాత గజనేతగాడు, మా నాయన నేసే పట్టి మార్పు లుంగీలు ఓడల మీద సింహళానికి పొయ్యేవి. నాకా శక్తి తగ్గిపోయింది. వయసైపోనాది. చూపు ఆనడం లేదు, కరెంటు మగ్గాలొచ్చేసి, చేతి మగ్గాలకు డిమాండు పూడిసింది” అన్నాడు తాత విచారంగా.

“అదేంటి తాతా, అలా గంటావు? అగ్గిపెట్టెలో ఇమిడేంత సన్నటి చీరను నేసిన

ఘనచరిత్ర మీ సాలెవాళ్ళది. గాంధీజీ అంతటి వాడు రాట్నం వడికేవాడు. మన నాయకులందరిదీ ఖద్దరు పార్టీయే గదా. ఎంత కరెంటు మగ్గాలొచ్చినా మీకు డిమాండు ఎలా తగ్గుతుంది?" అన్నాను నేను ఆశ్చర్యంగా.

"చూడండి సార్, అదంతా ఒకప్పటి చరిత్ర. ఇప్పుడు నేత చీరల్తో ఎవ్వరికీ పన్లేదు. కూలీకి పొయ్యేవాళ్ళు కూడా పాలిస్టరు, నైలెక్సు అని మిల్లు చీరలే కడ్తాండారు. దానికితోడు చైనావోడు గుట్టలు గుట్టలుగా చీర్లను వాడి దేశంలోంచి కుమ్మరిస్తా వుండాడు. అవి ఎనభై, నూర్రూపాయలకే దొరికిపోతావుండాయి. మన దేవుళ్ళ బొమ్మలు కాడ్నించి, పెళ్ళి కూతురి బొమ్మ వరకు అన్ని బొమ్మలు అంచుల మీద చైనా వాడే ప్రింటింగేస్తావుండాడు. ఇంక మన చీరల పక్క చూసేదెవరు? మిల్లు చీరలే అన్నంగళ్ళలో గుట్టలుగా పడి వుంటాయి.

ఇంక లుంగీల కతంటావా? ఈరోడ్డు, తిరుప్పూరు నుండి అరవై రూపాయలకే పవర్‌లూమ్‌లో నేసిన లుంగీ దొరకతా వుంటే నూట ఇరవై పెట్టి చేనేత లుంగీ కొనేదెవరు? దీని మన్నిక గురించి పట్టించుకొనేదెవరు?" బాధగా వాపోయాడు మునెయ్య అనబడే ఆ పెద్దాయన.

ఆ సరికి గౌరి అనబడే ఆ పాప నాకు గ్లాసులో ఏదో డ్రింకు కలుపుకొనిచ్చి తెచ్చిచ్చింది. నాకదేమిటో అర్థం కాలేదు. "చక్కెర నీళ్లులే బాబు. నా మనవరాలు గౌరి ఏదో తరగతి చదవతావుండాది. పక్కవూళ్లోనే గురుకుల పాఠశాలుండాది. దీన్నాడవెయ్యాల వచ్చే ఏడాదికి, అందుకే డబ్బు కూడ బెట్టా వుండా తినీ తినక, బాగా చదవతాదీ" అన్నాడు మునెయ్య.

"చెక్కర నీళ్లులే తాగు నాయనా! మా ఇంట్లో ఇవే వచ్చినోళ్ళకిచ్చేది" నవ్వుతూ అన్నాడు మునెయ్య. 'ఒంటికి చలవ చేస్తుందని కూడా చెప్పాడు'.

"పాపా. ఏందో అల్లుతున్నావే ఇందాక చీర మీద, ఏంటది" ఆ పాపను పలకరించాను.

ఆ పాప సిగ్గుతో ముడుచుకొని పోయింది.

"చీరలపైనే చేతి బుటాలల్లుతావుంది. రోజంతా పని చేస్తే నాకు డెబ్బై రూపాయలు, ఆ పాపకు ముప్పై రూపాయలు వస్తుంది. ఇల్లు గడవాల గదా" అన్నాడు మునెయ్య. చెయ్యి పైకెత్తి అట్టలు అమరిక మారుస్తూ.

"అదేమిటి గౌరీ స్కూలు కెళ్ళదా?" అడిగాను నేను వెంటనే.

ఫిఫ్త్ క్లాసు చదువుతున్నాను. లీవు రోజుల్లోనే బూటాలల్లేదైనా, కండెలు తోడేదైనా" అన్నది గౌరి నవ్వుతూ...

"వీళ్ళ నాయన గుడియాత్తంకు లుంగీలెత్తుకొని పోయి, ఇచ్చేసి బండిలో తిరిగి వస్తా లారీ యాక్సిడెంట్లో చచ్చిపోయె, ఈళ్ళమ్మ రెండేళ్ళ ముందు ఆస్తమాతో సచ్చిపోయే. దుమ్మూ, ధూళిలో పని గదా. ఉబ్బసం, గస తప్పదీ పన్లో, ఈ పాప బరువు ఈ ముసలోడి మీద పడింది" విచారంగా అన్నాడు మునెయ్య.

గౌరీ తలదించుకుంది. నాకా అమ్మాయి పరిస్థితిపై అకస్మాత్తుగా జాలి ముంచుకొచ్చింది.

"ఐతే నీకొకడే కొడుకా? మిగతా చుట్టాలంతా ఏమైనారు?" ఆసక్తిగా అడిగాను.

"వున్నాడింకో తాగుబోతు నా కొడుకు. దీని చిన్నాయన, ఈ ఇంటి మీద, నేను చేర్చిపెట్టిన డబ్బుమీద కన్నేసి వుండాడు. నేను పైకెళ్లిపోతే ఆ తాగుబోతెదవ ఈ పాపను సదీపిస్తాడని గేరంటీ లే. పైసా పైసా కూడబెట్టి యాభైవేలు బాంకులో కట్టుండాను. వచ్చే సంవత్సరం ఈ పాపను ఆరో క్లాసు హాస్టల్లో చేర్పించి, మైనారిటీ తీరినంక ఈ పాపకే ఆ దుడ్డు చేరేట్టుగా చెయ్యాలనుకున్నా, ఈ పాపనైనా బాగా సదుకోనీ. నామారి అగచాట్లు పడకూడదు" ఆవేశంగా చెప్పినాడు మునెయ్య. అతని కంట్లో నీరు తిరగడం నేను గమనించలేకపోలేదు.

"మంచి పని చేసినావు మునెయ్యా, ఏ గురుకుల పాఠశాలలోనో గౌరిని చేర్పిస్తే ఫీజు కట్టే పనుండదు. హాస్టలూ, మెస్సు ఖర్చులు వాళ్ళవే. నువ్వు నేసే లుంగీలక్యాడా హైద్రాబాదులో మంచి డిమాండుండాదిలే, మా ఫ్రెండోళ్ళదొక షాపుంది. రంజాను, బక్రీదు పండుగలప్పుడు ముస్లింలందరూ వచ్చి ఆడ లుంగీలు కొనుక్కొని పోతారు. నూటేభైకి తక్కువ అమ్మడు వాడు లుంగీని. నీ లుంగీలు చూసినాడా? ఎగరేసుకునిపోతాడు' మునెయ్యను ఉత్సాహపరుస్తూ అన్నాను నేను.

"బాబ్బాబూ, నీకు పున్నెముంటాది? మా ఆసామి సంవత్సరం నుండి సరిగ్గా డబ్బియ్యడం లేదు. అందుకని లుంగీలు వానికెయ్యలేదు. నా దగ్గర స్టాకు దండిగా వుండాది. లుంగీ నూటపదికే ఇచ్చేస్తా. శంకుమార్కు క్వాలిటీ, ఫస్ట్ క్లాస్ లుంగీలు, నీ ఫ్రెండుతో చెప్పి కొనిపిచ్చు. కావాలంటే నేనే హైద్రాబాదుకు తీసుకువచ్చి సరుకు వేస్తా. ఈ పాపను స్కూల్లో చేర్చడానికి దుడ్లు కావల్ల. నేను కంటి కాపరేషను చేసుకోవాలి. గుండె జబ్బు డాకటరుకు చూపించుకోవల్ల. శానా దుడ్లు కావల్ల" ప్రాధేయపడినాడు మునెయ్య.

"సరేలే మునెయ్యా, ఓ రెండు లుంగీలు శాంపిల్‌గా మా ఫ్రెండుకు చూపించడానికి ప్యాక్ చేసి ఇవ్వు" అన్నాను. మునెయ్య వున్న లుంగీల్లో మంచి డిజైన్లో వున్న ఓ రెండు

లుంగీలు న్యూస్ పేపర్‌ల్లో పేక్ చేసి ఇచ్చాడు. డబ్బివ్వబోతే వద్దన్నాడు. నేనే బలవంతంగా ఓ రెండు వందలు మునెయ్య చేతిలో వుంచాను.

ఇంతలో బయటనుండి గసపోసుకుంటూ, తువ్వాలుతో ముఖానికి పట్టిన చమటను తుడుచుకుంటూ లోనికి ప్రవేశించాడు ముప్పై ఐదేళ్ళ మరో మీసాల వ్యక్తి. 'ఏం కిష్టయ్యా' అని పలకరించాడు తాత.

"మునెయ్య మామా, చిల్లగడ్డ రేషం కిలో మూడు వేలకు తక్కువ లే మదనపల్లె కకూన్ మార్కెట్లో. ఒక ఇరవై కట్టలు ఎట్నో ఎత్తుకొస్తి. రేపు రంగులద్దేదానికియ్యాల' అన్నాడు వగరుస్తూ.

"గవర్మెంటోడు నూలు రేట్లకు కళ్లెం వెయ్యలేకున్నాడు. నూలు, రేషం (పట్టునూలు) ఎగమతులెక్కువడంతో నూలు రేట్లు ఎగబాకిపోయె. నూలు పై దేశాలకు పంపేబదులు, చీరలని, బెడ్‌షీట్లని పంపితే నూలు ధరలు దిగిస్తాయి. మనకీ చేతినిండా పని దొరుకుద్ది" అన్నాడు మునెయ్య.

కాసేపు కిష్టయ్య తన కష్టాలు వెలబోసుకున్నాడు. స్వంత ఇల్లు లేదట. స్థలమున్నా చేనేత కోటాలో ఇల్లు శాంక్షనవలేదట. రెండేళ్ళ క్రితం ఇల్లు మంజూరైనా, ఆర్థిక స్థోమత లేక, గవర్నమెంటిచ్చే సొమ్ము చాలక కట్టుకోలేదట. బ్యాంకు వాళ్ళు తీసుకున్న అప్పు తీర్చమని వత్తిడి చేస్తున్నారట. ఋణాల మాఫీ వస్తే తీసుకున్న అప్పు ఎగిరిపోతుందని చూస్తున్నాడట కిష్టయ్య. 'అప్పులు తీర్చకపోతే బాంకులెట్లా బతుకుతాయి" అన్నాన్నేను.

"అదేంది సారు అట్లంటారు. రైతులు అప్పులు వేల కోట్లు రద్దు చేసి నారే ఒక్క వేటుతో, మా మగ్గాల్లోళ్ళ అప్పులు దాని ముందు ఏ పాటిది? వాటిని మాఫీ చేయలేడా సర్కారోడు. మే మసలే బక్క చికినోళ్ళం. వడ్డీ పాపం లాగా? పెరిగింది. ఎట్లా కట్టమంటారు?" కోపంగా అన్నాడు కిష్టయ్య.

"సరేలే మునెయ్యా. హైదరాబాదు లాంటి సిటీలో మీరు నేసే చీరలకూ, లుంగీలకూ మంచి డిమాండుంటుంది. తెలిసిన షాపులో చెప్పి నీకు కొన్ని ఆర్డర్లు ఇప్పిస్తానులే" అన్నాను. మునెయ్య సంబరపడ్డాడు. విశ్వం వచ్చే టైమయిందని నేను మునెయ్య దగ్గర సెలవు తీసుకున్నాను. మా ఫ్రెండు షాపులో తన లుంగీల ప్రాశస్త్యం గురించి చెప్పమని మరీ మరీ చెప్పి పంపించాడు మునెయ్య.

విశ్వం ఇంట్లోకి దిగబడ్డాటప్పటికే, నేను అక్కడే భోం చేసిన దాకా వదలలేదు. విశ్వం జీతం డబ్బులందజేసి నేనే తిరుపతికి బస్సెక్కాను.

హైదరాబాద్ తిరిగి వెళ్ళాక నేను ఆఫీసు పని, ఇంటి పనుల బిజీలో మునెయ్య

విషయమే మరచిపోయాను. రెండు నెలల తరువాత మా చిన్నాన్నగారి నుండి లావణ్య పెళ్ళి తాలుకు ఇన్విటేషన్ వచ్చింది. ఆఫీసుకు నాలుగు రోజుల శెలవు పెట్టి తిరుపతికి బయల్దేరాను.

మా చిన్నాన్న, పిన్ని పెళ్లి పనుల్లో బిజీగా వున్నారు. రెండు రోజుల్లోనే పెళ్ళి నేనూ చిన్నాచితకా పనుల్లో వారికి సాయపడుతూ వున్నాను.

"ఒరే వంశీ, పెళ్లిలో పెద్దముత్తైదువలకు పెట్టడానికి నేత చీరలు కొనడం మరచి పోయాను. కంచిలో చీరలు తీసుకోవడానికి వెళ్ళినప్పుడు ఆ రేట్లు చూసి ఇక్కడ కొందామని వాయిదా వేశాను. పెళ్ళి పనుల్లో పడి ఆవిషయమే మరచిపోయాను. సాయంత్రం బజారుకెళ్ళి తీసుకొందాం" అంది మా పిన్నమ్మ.

"ఎందుకు పిన్నీ, తొగటపల్లె ఇక్కడికి దగ్గరేగా, అక్కడైతే మగ్గాల రేటుకే చీప్‌గా దొరుకుతాయి. ఇరవై, ముప్పై చీరలైనా కొనాలి గదా. సాయంత్రం అక్కడికెళ్ళి తీసుకొంటాం" అన్నాను.

సాయంత్రం అరింటికల్లా సుమోలో తొగటపల్లె చేరుకున్నాం. వెహికల్‌ను చూడగానే చావడి దగ్గర కబుర్లాడుతుంటున్న ఇద్దరు ముగ్గురు "మంచి చీరలున్నాయి. చూస్తారా" అని మా వెంటబడ్డారు. బహుశా వాళ్లు కమీషన్ ఏజెంట్లేమో!

మా పిన్ని, వాళ్ళ చెల్లెలు మరో ఇద్దరు ఆడవాళ్ళు పెద్ద బోర్డు కట్టి వున్న ఓ ఇంటిలోకి దూరి చీరల ఎంపికలో పడ్డారు. నాకక్కడ ఏమీ తోచలేదు. హఠాత్తుగా నాకు మునెయ్య గుర్తుకు వచ్చాడు. ఎలా వున్నాడో చూద్దామని వాళ్ళింటికి బయల్దేరాను.

మునెయ్య ఇంటికి తాళం వేసుంది. 'ఎక్కడికెళ్లాడని' అడిగా పక్కింట్లో అరుగు మీద కూర్చున్న ఓ పంచెకట్టు వ్యక్తిని.

"ఇంకెక్కడి మునెయ్య, గుండె పోటొచ్చి సచ్చిపోయి ఇరవై రోజులు దాటింది కూడా" బీడి కాలుస్తూ తాపీగా చెప్పాడతను.

"అరరే, ఆయన్తో బాటు ఆయన మనవరాలు గౌరీ వుండేదిగా ఆ పాపెక్కడ? స్కూలుకెళ్లిందా" అయోమయంగా అడిగాను నేను.

"మునెయ్య చచ్చిపోయిన మర్నాడు ఆ గౌరీ చిన్నాయన వచ్చి, ఇంటి సామానంతా, గౌరీతో బాటు తీసుకొని పూడ్చినాడు గదా వాళ్లూర్లో ఇస్కూల్లో సేర్చినాడేమో ఆ పాపని తల్లే" చెప్పాడు అతను.

అప్పుడే ఇంట్లోంచి వచ్చిన ఓ ఆడమనిషి కల్పించుకొని, "ఆ తాగుబోతు ఎదవ స్కూల్లో యాడ చేర్చుంటాడు? బ్యాంకీలో డబ్బంతా ఖాళీ చేసి ఆ పాపనే కండెలు

చుట్టేదానికో, బుటాలూ, పూసలల్లే దానికో పనికి పెట్టుంటాడు. రోజూ తాగుడికి దుడ్లు చిక్కుతాదని" అంది కోపంగా మెటికలిరుస్తూ చీరలు, లుంగీలు అన్నీ తనతోనే తీసుకొని పోయాడట మునెయ్య చిన్నకొడుకు.

నా మనసు వికలమయ్యింది. తాత బతికున్నప్పుడు కనీసం నూలు పోగంత సాయం కూడా అందించలేకపోయాను. లుంగీల అమ్మకంలో మునెయ్యకు సాయపడి వుంటే, ఆ వచ్చిన డబ్బుతోనైనా సరైన వైద్యం చేయించుకొనే వాడేమో, మునెయ్య బతికుంటే గౌరి నిక్షేపంగా గురుకుల పాఠశాలలో చేరి చదువుకుంటూ వుండేదేమో, ఈ పాటికి.

'ఒక వృత్తి కారుడు జీవించాలంటే, ప్రభుత్వమే కాదు. అవగాహన వున్న వారందరూ కొద్దో గొప్పో సాయం చేస్తే కాని అతను తన కష్టాల నుండి గట్టెక్కడు. అనాదిగా వస్తున్న మన జీవకళలను మనమే కొద్దికొద్దిగా గొంతు నులిమి అంతర్దాన మయ్యేలా చేస్తున్నాం' అనిపించింది. నాకు.

పెన్ను, పుస్తకం పట్టుకోవాల్సిన గౌరీ లాంటి పసి పాపల చిట్టిచేతులు, బుటాలల్లుకోవడానికో, పలకల తయారీకో, టపాకాయలు చుట్టడానికో చేసేలా మనమే చేస్తున్నాం.

నా మీద నాకే అక్రోశం అలుముకుంది. తాళం వేసున్న మునెయ్య ఇంటి వైపు మరోసారి చూసి చిన్నగా వెనుదిరిగాను, చిన్నగా చీకటి పడుతూ వుందప్పుడే.

19, డిసెంబర్, 2012 - నవ్య వీక్లీ

ఋణానుబంధం

ఆ జాతీయ బ్యాంకు ప్రాంగణంలోకి బెరుగ్గా అడుగు పెట్టాడు చౌడప్ప.

బ్యాంకు తెరచి అర్థగంటైంది. వచ్చేపోయే కస్టమర్లతో కిటకిటలాడుతూ వుంది బేంకు. కౌంటర్ల వద్ద చాంతాడంత క్యూ వుంది.

"ఫీల్డాఫీసరు వుండేది యాడనా?" యూనిఫాంలో వున్న సెక్యూరిటీ గార్డునడిగాడు చౌడప్ప. గార్డు అద్దాల వెనుక ఒక టేబుల్ ముందు కూర్చోని ఏదో ఫైలు చూస్తూ వున్న కళ్లజోడు వ్యక్తిని చూపించాడు. చౌడప్ప గబగబా ఆ వ్యక్తి వద్దకు నడిచాడు.

"నమస్కారం సార్" అని చౌడప్ప అన్న రెండు నిమిషాల తరువాత ఫీల్డాఫీసరు ఫైలు నుండి తల పైకెక్కి చౌడప్పను ఎగాదిగా చూశాడు.

"నాపేరు చౌడప్ప సార్, మగ్గాల్లో పట్టు చీరలు నేస్తాను. జకార్డు, రేషం(పట్టు), జరీ అదీ కొనడానికి లోను కావల్ల" భయపడుతూనే అడిగాడు చౌడప్ప.

"ఇప్పుడు క్రాపుల్లోను ఇస్తా వుండాం, మగ్గాలోళ్లకిప్పుడే లోన్లిచ్చేదిలే, నెలరోజుల తరువాత రాపో" కరుగ్గా చెప్పాడు ఫీల్డాఫీసరు.

"నేను నెలముందొచ్చినపుడు కూడా ఇదే మాట చెప్పే నాకు లోనీలేదు సార్. నెల తరువాత రమ్మన్నారు. అందుకే ఇప్పుడొచ్చినా" ఆశగా అన్నాడు చౌడప్ప. ఇంతకు ముందున్న ఫీల్డాఫీసరు వేరు. ఆయన తన లాంటి చేనేత కార్మికులతో ఆప్యాయంగా మాట్లాడి, అర్హత వున్న వాళ్ళకు బ్యాంకు నుండి ఋణం ఇప్పించేవాడు. రెండు నెలల క్రితం ఆయన ట్రాన్స్‌ఫరై, ఆయన స్థానంలో ఇప్పుడుండే ఆయన వచ్చినాడు.

ఫీల్డాఫీసరు కళ్లజోడు తీసి, టేబుల్‌పై పెట్టి చౌడప్ప వంక విసుగ్గా చేశాడు.

"నీ పేరేమి? నువ్వుండేదెక్కడ?" అన్నారు కోపంగా,

"చౌడప్ప సార్, కాళేశ్వరీగుడి పక్క సందులో వుంటాం మేము. రెండేళ్ల ముందు కూడా లోను తీసుకొని, కంతులన్నీ కట్టేసి, ఆరునెలల ముందు మొత్తం బాకీ తీర్చేసినాను సార్" అన్నాడు చౌడప్ప.

"నీ చరిత్రంతా నేను అడగలే చౌడప్పా, మీ వీధిలోనే నారాయణస్వామి, గోపాల్ అనే మగ్గాలోళ్లు వున్నారు. నీకు తెలుసా" అన్నాడు ఆఫీసరు.

"తెలుసు సార్ ఆ గోపాల్ మాకు మామకొడుకు. ఆ నారాయణస్వామి కూడా దగ్గిర బంధువే" చెప్పాడు చౌడప్ప.

"సంవత్సరం ముందు వాళ్లిద్దరే చెరొక లక్షరూపాయలు బ్యాంకు నుండి లోను తీసుకొని ఇంతవరకూ నయాపైసాకట్టిందిలే. మీ బంధువులే గదా, నువ్వు వాళ్లతో లోను కట్టించగలవా?" కఠినంగా అడిగినాడు ఆఫీసరు.

"అదేంది సార్, ఇద్దరూ పట్టుచీరలు టౌన్లలో అంగిళ్లకేసి బాగా వెనకేసినారే, అసలు లక్షరూపాయలు కట్టేది వాళ్ళకొక లెక్కేకాదు" ఆశ్చర్యపోతూ అన్నాడు చౌడప్ప.

"సరే మధ్యాహ్నం మాకు రికవరీడ్రైవ్ వుండాది. సాయంత్రం నాలుగుగంటలకు మీరుండే ఏరియాకు వచ్చి నీకు ఫోను చేస్తాను.నువ్వు మాతో రా" అన్నాడు ఫీల్డు ఆఫీసరు., మళ్లీ ఫైల్లో తలదూరుస్తూ. చౌడప్ప ఫీల్డాఫీసరుకు నమస్కరించి, బ్యాంకు నుండి ఇంటికి బయలుదేరాడు.

* * *

మేరువ చౌడప్ప వంశం నలభైఏళ్ళుగా ఆ వూర్లోనే వుండి మగ్గం నేసేవాళ్ళు. చౌడప్ప తాత గుంట మగ్గంపై సాదా చీరులు, పంచెలు నేస్తే, చౌడప్ప తండ్రి ఎనభయ్యో నెంబరు బుటా చీరలు, ధోవతులు నేస్తూ తను జీవనం సాగించాడు. చౌడప్ప తన పదిహేడవ ఏటే మగ్గం నేతలో దిగాడు. తండ్రి దగ్గర వాటువేయడం, పోగుల అమరిక, డిజైన్ల నేత మొదలైన అంశాల్లో తర్ఫీదుపొంది, మాస్టరు వీవరు గురవయ్య దగ్గర జకార్డు మగ్గం, పట్టు చీరలు నేయడంలో శిక్షణ పొందాడు. ఎనిమిదేళ్ల పాటు గురవయ్య దగ్గర కూలీకి మగ్గం నేశాక, బ్యాంకులో లోను తీసుకొని ఇంట్లోనే పాతమగ్గం స్థానంలో జకార్డు, డాబీలతో కూడిన కొత్త మగ్గం ఏర్పాటు చేసుకొని పట్టు చీరలు నేయసాగాడు. గౌరీలక్ష్మితో పెళ్లైన తరువాత పెరిగిన ఖర్చులకు సర్దుబాటు చేసేందుకు ఖాళీ సమయాల్లో అచ్చులు తయారు చేసి తోటి నేత కార్మికులకు అమ్ముకొని రాసాగాడు. నేత పనికత్యంత అవసరమైన ఈ అచ్చులు చౌడప్ప దగ్గర నాణ్యంగా వుండడంతో చేనేత మగ్గాలు నేసేవాళ్లు చాలామంది అచ్చుకట్ల కోసం చౌడప్ప దగ్గరికే రాసాగారు. ఇద్దరు పిల్లలు పుట్టుకొచ్చి ఖర్చులు పెరిగినాగాని నేతపనిలో వచ్చే ఆదాయం అచ్చుకట్ల తయారీతో లభించే సంపాదనతో చౌడప్ప జీవితం సాఫీగానే సాగిపోతోంది. సిగిరెట్టు,తాగుడు, జల్సాలు లాంటి చెడు అలవాట్లేమి లేని చౌడప్ప కుటుంబాన్ని జాగ్రత్తగానే పోషించుకుంటూ వున్నాడు. కానీ పిల్లలు కొంచెం పెద్దయ్యాక అతడికి ఆదాయం చాలడం లేదు.

చౌడప్ప కూతురు, కొడుకులను మంచి కార్పొరేట్ స్కూల్లో చేర్చాక వారి

యూనిఫారాలు, పుస్తకాలు, ఫీజుల కోసం భారీగా నెలవారీ సొమ్ము అవసరమైంది. అప్పటి వరకూ తానే నేసిన చీరలను ఆ వూరిలోని ఆసాములకు కొద్దిపాటి లాభానికి అమ్ముతూ వచ్చిన చౌడప్ప, ఇంటిలోని ఖాళీ స్థలంలో ఒక రేకుల షెడ్డు ఏర్పాటు చేసి రెండు పట్టు మగ్గాలు ఏర్పాటు చేసి, తానే స్వంతవ్యాపారం ప్రారంభించాలనుకున్నాడు. దానికి భారీపెట్టుబడి అవసరం, అందుకే అప్పుకోసం చౌడప్ప బ్యాంకుకు రావలసివచ్చింది.

* * *

"చూడు నారాయణా, నువ్వు బ్యాంకులోను తీసుకొని ఏడాది దాటింది. సక్రమంగా నెలవారి కంతులు కట్టుకుంటానని చెప్పి లోను తీసుకొంటివి, ఇంతవరకూ పైసా కట్టిందిలే, అందరూ నీ మాదిరితో వుంటే బ్యాంకులు దివాళాతీస్తాయి. ఇప్పటి వరకు పెండింగ్ వుండే కంతులన్నీ వారం రోజుల్లో కట్టెయ్యి,లేకపోతే నీ మీద కోర్టులో కేసు పెట్టాల్సి వుంటుంది."కటువుగా నారాయణ స్వామితో చెప్పాడు ఫీల్డాఫీసరు జగదీష్

"అదేందిసార్,గవుర్మెంటోళ్లు చేనేత కార్మికులకు ఋణమాఫీ చేస్తామన్నారు గదా, రెండు నెలల్లో మా బాకీలన్నీ ఎగిరిపోతాయి, ఇన్ని దినాలు ఓపిగ్గా వున్నారు. ఇంకోరెండు నెలలుండరాదా? నవ్వుతూనే చెప్పాడు నారాయణ.

తానింత దూరం ఆదేపనిగా వచ్చి అభ్యర్ధనగా అడుతుతూ వుంటే తేలిగ్గా తీసిపారేస్తున్న స్వామిని చూసి మండుకొచ్చింది జగదీష్‌కి.

"మాఫీ ఐనప్పుడు అవనీ, అంతవరకు నీ కంతులు కట్టుకోవచ్చు కదా, ఒకవేళ గవర్నమెంటు ఋణమాఫీ ప్రకటించినా నువ్వు కట్టిన డబ్బు మళ్లీ నీ అకౌంట్లోకే వచ్చి పడిపోతాది" అన్నాడు పీల్డాఫీసరు. చౌడప్ప ఆ సంభాషణలంతా ఆశ్చర్యంగా విటూ వున్నాడు.

"కట్టేది, మళ్లీ తీసుకొనేది అంతా ఎందుకుసార్, ఒకేసారి మా బాకీ మాఫీఐపోనీ" అన్నాడు నారాయణస్వామి.

చేసేదేమి లేక ఫీల్డాఫీసరు ఆ వీధిలోనే వున్న మరొక ఖాతాదారు నేతవ్యాపారం చేసే గోపాల్ ఇంటికి వెళ్లాడు. గోపాల్ కూడా నారాయణస్వామి చెప్పినట్లే తమ బాకీలు త్వరలో ప్రభుత్వం వాళ్లు రద్దు చేసేస్తారని చెప్పారు. అంతగా రద్దు కాకపోతే అప్పుడు తాను బాకీ కట్టే విషయం ఆలోచిస్తానిని చెప్పాడు, తాపీగా వక్కపొడినములుతూ.

"అదేంది బావా, నీకు అమ్మకాలు బాగానే వుండాయి గదా, కలెక్షన్లు రోజూ షాపులోళ్ల నుండి వస్తానే వుండాయి గదా." ఆశ్చర్యంగా అడిగాడు చౌడప్ప, జగదీష్ చౌడప్ప వంక మెచ్చుకోలుగా చేశాడు.

"నీకేమీ తెలీదురా చౌడం, నువ్వు కొంసేపు నోరు ముయ్యి" చౌడప్ప వంక కొరకొరా చూస్తూ అన్నాడు గోపాల్.

ఇంకా కొన్నిళ్లు తిరిగి వుసూరుమని ఫీల్డాఫీసరు బ్యాంకు దారి పట్టాడు. పై అధికారులు అతడికి బ్యాంకు వారిచ్చిన లోన్లు రికవరీ సరిగా లేదని, వెంటనే వాటిని వసూలు చేయమని మెమో ఇచ్చివున్నారు కాని ఇక్కడ చూస్తే పరిస్థితి ఇలా వుంది.

"చూశావా, మీ మగ్గాలోళ్లందరూ మాఫీ మంత్రం జపం చేస్తూ కూర్చుని వున్నారు. తీసుకున్న అప్పుకట్టాలని వీళ్ళకు లేదు. ఇట్లాంటప్పుడు కొత్త అప్పులు ఎట్లా ఇవ్వాలి నీ లాంటోళ్లకు?" బ్యాంకుకు చేరుకున్న తరువాత చౌడప్పతో అన్నాడు జగదీష్.

"సార్, మీరైనా కట్టేవాళ్లకి లోనివ్వరు – ఎగ్గొట్టే వాళ్లకిస్తారు. పోయిన తూరి తీసుకున్న లోను నేను సక్రమంగా కట్టిన్నోలేదో, మీ కంప్యూటర్లో చూడండి నాలాంలోళ్లకి లోను ఇస్తే, మీ బాకీ ఎక్కడికి పోదు అన్నాడు చౌడప్ప, వినయంగా.

"ఎట్టిమ్మాంటావయ్యా, మాపైవోళ్లు నాకు ముందు మెండి బాకీలు వసూలు చేసేవరకూ వీవర్స్‌కు కొత్తలోన్లివ్వద్దని చెప్పేసుండారు. లేదూ మీ వీధిలో వుండే మీ బంధువు లిద్దరినీ వాళ్ల బాకీలో సగమైనా కట్టమను వాళ్లు కట్టంగానే నీకు లోనిస్తాను" అన్నాడు జగదీష్.

చౌడప్ప చేసేదేమి లేక ఇంటిదారి పట్టాడు. "రెండు మగ్గాలు ఏర్పాటు చేసుకొని స్వంతవ్యాపారం మొదలుపెట్టాలన్న తన కల కలగానే మిగిలిపోనుందా?" అని బాధపడసాగాడు.

* * *

రెండు నెలలు గడిచాయి, నారాయణస్వామి, గోపాల్ ఇద్దరూ తమ బాకీల్లో నయాపైసా కట్టలేదు. చౌడప్ప తన పని తాను చేసుకుంటూ వున్నాడు, పెట్టుబడి లేక అచ్చులు కట్టేది కూడా మానుకున్నాడు. పిల్లలిద్దరినీ తమ ఇంటికి సమీపంలో వున్న ప్రభుత్వ పాఠశాలలోనే చేర్చాడు. కార్పోరేట్ స్కూల్ మానిపించి.

నెలకొకసారి బెంగుళూరు నుండి ఆ వూరికి వచ్చి జౌళివ్యాపారుల వద్ద పట్టుచీరలు కొనుక్కువచ్చే దళారి సోమనాథ్ ఆరోజే ఆ వూరొచ్చాడు సోమనాథ్ దిగిన లాడ్జి గది వెతుక్కుంటూ వెళ్లారు నారాయణస్వామి, గోపాల్.

"ఏమిసార్, మా ఇళ్లకు రాలేదు. మీరొస్తారని పట్టు చీరలు స్టాకు పెట్టివున్నాం, మీరు ఎవురో కొందరిళ్లకు మాత్రమే పోయి షాపులకు చీరలు తీసుకున్నారని తెలిసింది మాకు" అన్నారు సోమనాథ్‌తో.

"లేదులేవయ్యా, దుకాణాదారులు పోయినతూరే మీరిచ్చిన చీరలు తీసుకోలేదు.

మీరింతకు ముందు ఇచ్చిన చీరలపై చాలాకంప్లైయింట్లు వచ్చినయాంట, కొన్ని ఐదారునెల్లకే ఆ చీరలు చినిగిపోతా వుండాయనీ రంగు పోతావుందని కస్టమర్లు అంటా వుండారంట" తాపీగా చెప్పినారు సోమనాథ్.

నారాయణస్వామి, గోపాల్ గతుక్కుమన్నారు. చేతి మగ్గాల్లో పట్టుచీరలు చేయించి అమ్మడం రిస్కూ, పెట్టుబడితో కూడిందని, వాళ్లిద్దరు చెరొక నాలుగు మరమగ్గాలు పెట్టించి, చట్ట విరుద్ధంగా అందులో పట్టు చీరలు తయారు చేయించి, షాపుల వాళ్లరు ఇస్తూ వున్నారు. పవర్‌లూమ్స్‌లో తయారైన చీరలు తక్కువ ధరలోనే కొనుగోలు దారులకు లభించినా, అవి నాణ్యత, మన్నిక తక్కువ కలిగి వుంటాయి. అందుకే అవి ఎక్కువ కాలం మనలేవు. స్వల్పవ్యవధిలో ఆ వ్యాపారులు భారీ లాభాలు ఆర్జించినా, దీర్ఘకాలవ్యవధిలో నమ్మకాన్ని పోగొట్టుకొంటారు.

"మా దగ్గిర చీరలు తక్కువ రేట్లకే ఇస్తావుండాం గదసార్ మీకు, ఐనా ఈ తూరి ఆ రామస్వామి, రంగనాథం దగ్గిరే మీరు చీరలు కొన్నారంట. మాకంతా తెలుస్తానే వుండాది" అన్నారు గోపాల్ రోషంగా.

"ఆ రామస్వామి, రంగనాథం చేనేత కార్మికుల దగ్గర చేతి మగ్గాల్లో నాణ్యమైన పట్టుచీరలు నేయించి, కమిషన్ పద్ధతిలో అవి కొని మాకు సరఫరా చేస్తూ వున్నారు. కొంచెం రేట్లు ఎక్కువైనా ఆ చీరల్లో నాణ్యత, మన్నికా బాగుంటాయి, ఇప్పుడు కస్టమర్లందరూ అవే అడుగుతావున్నారు." అన్నాడు సోమనాథ్.

ఇక చేసేదేమి లేక గోపాల్, నారాయణస్వామి ఇంటి దారి పట్టారు. గుంటమగ్గాల్లో పట్టుచీరలు నేసి అమ్మే కొందరు చేనేత కార్మికులను తమ ఇళ్లకు పిలిపించి మాట్లాడారు.

"మా దగ్గర వున్న చీరలన్నింటిని కమీషన్ పద్ధతిలో ఆ రామస్వామి, రంగనాథం కొనేసినారు స్వామి వాళ్లకు వాడుగ్గా చీరలు సప్లై చేయమని అడ్వాన్సులు గూడా ఇచ్చుండారు వాళ్లు" అన్నారు ఆ కార్మికులు.

"పోనీ వాళ్లతో బాటు మాకూ చీరలు నేయించి ఇవ్వండి అవసరమైతే కూలీగా మనుషులను మాట్లాడుకోండి, మేమూ అడ్వాన్సులు ఇస్తాం" అన్నారు ఇద్దరు వ్యాపారులూ.

"ఎక్కడ సార్, ఇంతకు ముందు మాదిరి ఇప్పుడు మాకు అచ్చుకట్లు దొరికేది లేదు. అవి తయారు చేసే చౌడప్ప కూడా బ్యాంకీలోను రాలేదని, వాటి తయారీ మానుకొన్నాడు. ఎక్కువ చీరలు నేయించలేమూ, మీకు సప్లై చేయలేము. వాడిక గిరాకీలు నూనుకోలేం" అన్నారు వారు ఖచ్చితంగా.

బ్యాంకు అధికారులు కొన్నాళ్లు చూసి బాకీ ఎగవేత దారులపై కేసులు పెట్టారు.

నారాయణస్వామి, గోపాల్ కూడబలుక్కొని తమ మరమగ్గాలను ఏదో ఒక రేటుకు అమ్మి వేసి వాటి స్థానంలో చేనేత మగ్గాలను ఏర్పాటు చేసుకున్నారు. మిగిలిన డబ్బుతో తమ బ్యాంకి అప్పులను తీర్చి వేశారు.

* * *

ఫీల్డాఫీసరు నుండి చౌడప్పకు ఫోన్ వచ్చింది.

"నీ ట్రాక్ రికార్డు చూశానయ్యా, చాలా బాగుంది. బ్యాంకు నుండి రెండు సార్లు లోన్ తీసుకొని, రెండు సార్లూ సక్రమంగా కట్టేశావు. నువ్వడిగినట్లు నీకు లోను వెంటనే మంజూరు చేయిస్తాను" అని కొన్ని కాగితాల్లో సంతకాలు తీసుకున్నాడు ఎఫ్.ఓ., చౌడప్పకు జరుగుతున్నది 'కలా, నిజమా...' అన్నట్లుగా వుంది, 'ఈ లోను డబ్బుతో వెంటనే రెండు చేతిమగ్గాలు ఏర్పాటు చేసి' తన కల నిజం చేసుకోవచ్చనుకున్నాడు.

"మీ చేనేత పరిశ్రమలకు మంచి రోజులు వచ్చినట్లుందయ్యా, మీ ప్రొడక్ట్సుకు ఈ మధ్య బాగా డిమాండ్ పెరిగింది, నీతో బాటూ సక్రమంగా రుణాలు చెల్లించిన మరొక ఇరవైమంది నేత కార్మికులకూ లోన్లిస్తున్నాము" అన్నాడు జగదీస్.

"సార్, మనది ఋణానుబంధం, మీరు అప్పులిస్తేనే మా వ్యాపారానికి పెట్టుబడి దొరకుతుంది. వచ్చే ఆదాయంతో కంతులు చెల్లిస్తాం, కాల చక్రం మాదిరి ఈ ఋణచక్రం కూడా ఆగగూడదు" నవ్వుతూ అన్నాడు చౌడప్ప.

కాలకూటం

'డబడబా' శబ్దం చేసుకుంటూ పవర్‌లూమ్ మగ్గం వేగంగా పనిచేస్తోంది. ఆ శబ్దాన్ని ముంచేస్తూ స్పీకర్‌లోంచి లేటెస్ట్ హిట్ సినిమాలోంచి ఓ ఫాస్ట్ బీట్ పాట వినిపిస్తోంది. ఏకాంబరం ఈల వేసుకుంటూ హుషారుగా మగ్గం నేస్తూ తయారైన గాడా గుడ్డను మడిచి పక్కనే వున్న అట్ట పెట్టెలో పెడ్తున్నాడు.

వాకిలి తలుపు చప్పుడైంది. కోపంగా ఇంట్లోకి చూసుకొచ్చాడు పక్కింటి సంపత్తు.

"ఏందయ్యా ఏకాంబరం, స్పీకర్ అంత వాల్యూమ్ పెట్టావు? మా అక్కకు గున్యా జరం. ఒకటే తలనొప్పి ఈ శబ్దంతో. మా అబ్బాయి టెన్త్‌క్లాస్ పరీక్షలకు చదువుకొంటూ వున్నాడు. ఈ కరెంటు తరి (పవర్‌లూం) శబ్దం ఎలాగూ తప్పదు. కాస్త ఆ పాటల సౌండ్ తగ్గించవయ్యా" అన్నాడు చిరాకుగా.

ఏకాంబరం రెచ్చిపోయాడు. "నాకూ పరీక్షేనయ్యా, సాయంత్రానికంతా వెయ్యి మీటర్ల చెక్ షర్టింగు, గాడా తయారుచేయాలన్నాడు మా ఓనరు. పని చేయాలంటే పాటలు వినకపోతే నావల్లకాదు. కావాలంటే పోలీసు కంప్లయింటు ఇచ్చుకో పో" అన్నాడు.

సంపత్తు గాలి తీసిన బెలూన్‌లా డీలాపడిపోయాడు. పోలీసులకు చెప్పి ప్రయోజనముండదని తెలుసు. చుట్టూ అన్ని వీధుల్లో వేలాది మరమగ్గాలు. అందరిళ్లల్లో టేపురికార్డర్లు మోగుతూ వుండాల్సిందే. ఎందరిపై అధికారులు చర్యతీసుకొంటారు? చేసేదిలేక నిరాశతో వెనుతిరిగాడు.

తిరుపతి నుండి చెన్నై వెళ్లే రహదారిపై ఆంధ్రా బోర్డర్‌లోని ఆఖరి వూరు నగరి. నగరి నానుకొనివున్న కాలనీలు ఏకాంబరకుప్పం, నత్రవాడ, పుదుపేట, చింతలపట్టెడ వగైరా. అక్కడ వున్న వేలాది మరమగ్గాల్లో రోజూ లక్షలాది మీటర్ల వర్టింగ్, గాడాగుడ్డ తయారౌతుంది. లక్షల మీటర్లు విదేశాలకు ఎగుమతి అవుతుంది. పవర్‌లూమ్ యూనిట్లతో బాటు వున్న డైయింగ్ యూనిట్ల వలన వేలాది లీటర్ల రంగునీరు రసాయనాలతో కలిసి భూమి పొరల్లో కలిసిపోతూ వుంది. బోరింగుల్లో వచ్చే నీరు తాగి జనం రకరకాల జబ్బులు కొనితెచ్చుకుంటూంటారు. దానికి తోడు యూనిట్లలోని మిగిలిన గుడ్డపేలికలతో బాటు చెత్తాచెదారం ఇంటి ముందు పోయడంతో, అపరిశుభ్రతతో జ్వరాలు, అంటు వ్యాధులు

ప్రబలుతూ వుంటాయక్కడ. అయితే ఏం, ఒకప్పుడు చేతి మగ్గాలు నేసుకొంటూ అష్టకష్టాలు పడ్తున్న ప్రజానీకానికి మరమగ్గాలు అందివచ్చాయి. భారీగా పెరిగిన కూలీరేట్లతో ప్రజల జీవన విధానమే మారిపోయింది. నగరి ప్రాంతంలో భారీగా థియేటర్లు, బార్లు, బ్రాందిసాపులు వెలిసాయి. సాయంత్రమయ్యే సరికి జనాలతో మందుషాపులు కిటకిటలాడుతాయి. అందరిళ్లల్లోను అన్ని సౌకర్యాలూ వచ్చి చేరాయి.

"ఏకాంబరం, ఏకా ..." అంటూ గదిలోకి దూసుకొచ్చాడతని మిత్రుడు మునుస్వామి. "ఒరే ఏకా... సాయంకాలం మున్సిపల్ గ్రౌండ్‌లో మంచి ప్రోగ్రాముందటరా. కామెడి యాక్టర్ కేశవరెడ్డి వస్తా వున్నాడంట. మిమిక్రీ, డాన్సులు వున్నాయంట. ఆరుగంటలకంతా నా బండిలో వచ్చేస్తాను. ఇద్దరూ కలసిపోదాము" అన్నాడు సంబరంగా.

ఏకాంబరం విచారంగా అన్నాడు. "మా పిల్లకాయ గోపీకి జ్వరంగా వుందిరా, ఒళ్లంతా నొప్పులంట. డాక్టరు కాడికి తీసుకొని పోవాలనుకున్నానే" అన్నాడు దిగాలు మొహం పెట్టి.

"జొరందేముందిరా, ఈ రోజు కాకపోతే రేపు పో డాక్టరుదగ్గరికి, కేశవరెడ్డి రోజూ రాడు గదా, పైగా స్వీట్లు, మిక్చరు ఫ్రీగా ఇస్తారంట. మొదలియార్ అరేంజ్ చేసినాడంట" అన్నాడు.

లక్ష్మీపతి మొదలియార్ యార్న్ (నూలు) వ్యాపారంలో బాగా గడించాడు. రెండు స్పిన్నింగ్ యూనిట్లు, జిన్నింగ్ మిల్లు వుందతనికి. మున్సిపల్ కౌన్సిలర్ గూడా. కార్మికుల్లో తన పరపతి పెరగాలని, అప్పుడప్పుడు ఇలా కల్చరల్ ప్రోగ్రామ్స్ పెట్టిస్తాడు.

ఏకాంబరం మునస్వామి మాటలకు లొంగిపోయాడు. సాయంత్రం ఆరింటికల్లా మునస్వామితో కలసి ఫంక్షను జరిగే మైదానానికి చేరుకున్నాడు. షామియానాలు, కుర్చీలు సీరియల్ లైటుసెట్లతో కోలాహలంగా వుందక్కడ. లౌడ్ స్పీకర్లతో తెలుగు, తమిళ సినిమా పాటలు వినిపిస్తున్నాయి. మరో అరగంటలో మైదానమంతా జనాలతో కిటకిటలాడసాగింది.

స్టేజీపైకొక యువకుడు వచ్చి మైకులో ఏవో చెప్పాడు. కాసేపటికి డాన్సు ప్రోగ్రాం ప్రారంభమయ్యింది. జిగేల్‌మని మెరిసే దుస్తుల్లోని అమ్మాయిలు చేసే సినిమా డాన్సులను జనం ఆసక్తితో చూసారు. కానీ ఇంకా కామెడీ ఏక్టరు రాలేదు. 'కేశవా... రావాలి' అని కొందరు విజిల్సు, కేకలు పెట్టారు.

ఎనిమిది గంటలకు మొదలియార్‌తో బాటు కారులోంచి దిగాడు కేశవరెడ్డి. స్టేజీపైన అతణ్ణి చూడగానే జనం ఆనందంతో ఈలలు వేశారు.

కేశవరెడ్డి ఆలస్యానికి మన్నించమని జనాలను కోరి, వివిధ సినిమా నటుల గొంతులను సహజమైన ధోరణిలో అనుకరించసాగాడు. కామెడీతో సాగిన ఆ మిమిక్రీకి జనంలో అనూహ్యమైన స్పందన వచ్చింది. ఈలోగా కొందరు యువకులు ప్రజలకు స్వీట్లు, మిక్చరు పాకెట్లు అందజేసారు. జనాలు స్వీటు తింటూ కేశవరెడ్డి చెప్పే జోకులు విని ఆనందించసాగారు.

మిక్చరు తినడం పూర్తి చేసిన జనం నీళ్లున్న ప్లాస్టిక్ డ్రమ్ములవైపు నడిచారు. కాన్‌లోంచి నీళ్లు పట్టుకోబోయిన ఓ యువకుడు, 'ఛీఛీ రంగునీళ్లు' అన్నాడు నీళ్లడ్రమ్ముల్లో వున్న రంగునీళ్లను చూసి. హతాశులైనారు జనం. 'నీళ్లెక్కడ? మంచినీళ్ల బదులు రంగునీళ్లా పెట్టేది?' అని ఆగ్రహంతో చిందులు తొక్కసాగారు. క్షణాల్లో అక్కడంతా గందరగోళం నెలకొంది.

కేశవరెడ్డి మైకు తీసుకొని ప్రేక్షకులను శాంతించమని కోరాడు. జనం ఆసక్తిగా చూసారు.

"ప్రియమైన ప్రేక్షకులకు కలిగిన అసౌకర్యానికి మన్నించాలి. ప్రభుత్వం వారు మనకు జనావాసాలకు దూరంగా ప్లాట్లు ఇచ్చి భూగర్భ జలాలను కలుషితం చేసే డైయూనిట్లను అక్కడికి తరలించమన్నారు. కానీ డయ్యర్లెవరూ అక్కడికి వెళ్లలేదు. కారణం వాళ్లు వూరిమధ్యనే వుండాలని, స్కూళ్లు, కాలేజీలు, సినిమా హాళ్లు, బ్రాందీషాపులూ అన్నీ అందుబాటులోనే కావాలనుకున్నారు. కానీ వందలాది అద్దకపు యూనిట్లు విడుదల చేసే రంగునీళ్లతో భూగర్భంలోని జలం కలుషితమౌతోంది. అది తాగి మనం రోగాలు కొని తెచ్చుకుంటున్నాం. దయచేసి ఇప్పటికైనా డైయింగ్ యూనిట్ల వాళ్లు తమకు కేటాయించిన స్థలాల వద్దకు తరలివెళ్లండి. మీకీ విషయం తెలిసేలా చెప్పడానికే ఇలా కేనుల్లో రంగు నీళ్లు ఏర్పాటు చేశాం" అన్నాడు.

అప్పటికప్పుడు రంగునీళ్ల డ్రమ్ముల స్థానంలో మంచినీళ్ల కాన్లు, డ్రమ్ములు ఏర్పాటు చేయబడ్డాయి. నీళ్లుతాగి జనం దాహం తీర్చుకున్నారు.

మొదలియార్ మైకు తీసుకొన్నాడు. చీమ చిటుక్కుమంటే వినిపించేంత నిశ్శబ్ధం వ్యాపించింది. మొదలియార్ గొంతు సవరించుకున్నాడు. గంభీరంగా చెప్పసాగాడు.

"మన సౌకర్యం పక్కవారికి అసౌకర్యం కాకూడదు. పెద్ద సౌండుతో ఇంట్లో సినిమా పాటలు పెడ్తారు. పక్కింట్లో రోగులు, విద్యార్థులు, ముసలి వాళ్లుండవచ్చు. వాళ్లకది ఎంత బాధకలిగిస్తుందో అర్థం చేసుకోరు. ఇంట్లోని చెత్తాచెదారం వీధిలో పారబోస్తాం లేదా కాలువలో వేస్తాం. ఈగలు, దోమలు ప్రబలి డెంగ్యూ, కలరా, గున్యా వంటి అంటు

వ్యాధులు వ్యాపిస్తాయి. మనం ప్రభుత్వం అసమర్థతను తిట్టి పోస్తాం.

డైయింగ్ యూనిట్లు విడుదల చేసే రసాయనాలతో కూడిన మురికినీరు కాలకూట విషం వంటిది. దానిని వీధిలోకో, పెరట్లోకో వదిలిపెడ్తే, తల్లిలాంటి భూదేవి గర్భం కలుషితమౌతుంది. వూరికి దూరంగా మీకు ప్లాట్లిచ్చాం. ఇళ్లు కట్టుకోవడానికి మీరు పావలా వాటా పెడ్తే, ముప్పావలా వాటా భరించడానికి ప్రభుత్వం సిద్ధంగా వుంది. మీకెన్ని మార్లు ఈ విషయం చెప్పినా, వూరికి దూరంగా వెళ్లడానికి మీరెవ్వరూ సిద్ధం కాలేదు. మిమ్మల్ని జాగృతం చేయడానికే కేశవరెడ్డిగారిని ఈ రోజు ఇక్కడకు పిలిపించాం. శబ్దకాలుష్యాన్ని సృష్టించే మరమగ్గాలు జనావాసాలకు దూరంగానే వుండాలి. డైయూనిట్లకు ఇ.టి.పి.లు, మురుగును శుభ్రం చేసే ప్లాంట్ తప్పక వుండాలి.

మరమగ్గాల వల్ల మీకు కూలీలు, వసతులు పెరిగాయి. కాని వచ్చిన డబ్బు సినిమాలకు, బ్రాందీషాపులకు తగలేసి కుటుంబ అవసరాలు మరచిపోతున్నారు. శరీరాన్ని డ్రగ్స్, సిగరెట్లు, మద్యంతో కలుషితం చేస్తున్నారు.

ఆఖరుగా ఒక మాట... కేశవరెడ్డి గారు ఇక్కడకు రావడానికి ఆలస్యం కావడానికి కారణం ఆయన ప్రభుత్వ ఆసుపత్రికి వెళ్లి విషజ్వరాలతో బాధపడ్తున్న చిన్నపిల్లలను, రోగులను పరామర్శించి రావడమే. వాళ్ల బాధకు ఆయన తీవ్రంగా చలించారు. ఈ పరిస్థితికి కారణం కాలుష్యమే అని తెలుసుకొని తల్లడిల్లిపోయారు. దయచేసి ఇకనైనా మారండి.

మొదలియార్ ప్రబోధాన్ని జనం నిశ్శబ్దంగా విన్నారు. వాళ్లనేదో తెలియని అపరాధ భావం ఆవహించింది. వూరికి దూరంగా తమకు ఏర్పాటు చేసిన స్థలాల్లోకి వెంటనే తమ అద్దకపు యూనిట్లు తరలించాలని అక్కడికక్కడే నిశ్చయించుకున్నారు. ఈలోగా ఓ పెద్ద సెర్చ్‌లైటు జనం స్వీట్స్ తిని పారేసిన ప్లాస్టిక్ కవర్‌లపై వేశారెవరో స్టేజి నుండి. ఎవరూ చెప్పకుండానే జనం ఆ కవర్లన్నీ ఏరి దూరంగా వున్న చెత్తకుండీల్లో వేసారు. జనంలో ఉన్న ఏకాంబరం, సంపత్తు ఏదో కృతనిశ్చయంతో వున్నట్లుగా ఇంటికి బయలుదేరారు.

జనవరి, 2014 - కథాకేళి

అంపశయ్య

"అమ్మోరి జాతర నెల దినాలు గూడా లేదు. గుడి, ప్రహరీగోడ రిపేర్లు చెయ్యించల్ల. షామియానాలు, అలంకారాలు, మైకుసెట్టు, టపాసులు ఏర్పాట్లన్నీ ఇంకా ఏమీ అనుకోకుండా వుంటే ఎట్టన్నా" నడవలోని కేన్‌ఛైర్లో నడుము వాల్చి విలాసంగా సిగిరెట్టు తాగుతున్న కేశవులను అడిగినాడు ఓబులేసు.

"ఎక్కడరా, పక్క పదూళ్లకు ఛార్జీలిచ్చి, మనుషులను అంపిచ్చినా చందాలింకా ఐదులక్షలైనా వసూలువలేదు. సినిమా ఆర్కెస్ట్రా వాళ్లు లక్ష రూపాయలడగతా వుండారు. డెకరేషనోళ్లు లక్షాడెబ్బై వేలకు తగ్గకుంటా వుండారు. ఈ కర్చులన్నీ తలసుకుంటే గుండె ధాం అంటావుండాది" అన్నాడు కేశవులు విచారంగా.

"అట్లనుకుంటే ఎట్టన్నా, ఎన్నారైలు రేపో, మర్నాడో అకౌంట్లో వేస్తామనుండారు గదా. వూర్లో పెద్ద రెడ్లు ఇంకా వాళ్ల చందాలు ఇవ్వాల్సివుండాది. ఇప్పట్నుండీ అనుకుంటే గదా..." కేశవులును వుత్సాహపరుస్తూ అన్నాడు ఓబులేసు.

రాగులపాడు మేజర్ పంచాయితీలో వేసవికాలం ఎండలు అదరగొడ్తూ వుంటే జరిగే గంగమ్మ జాతరకు జిల్లాలోనే మంచి పేరుంది. చుట్టుపక్కల గ్రామాలనుండే కాక, దూరప్రాంతాల్లో స్థిరపడ్డ ఆ గ్రామవాసులు జాతరకు నాలుగురోజుల ముందే పల్లె చేరుకొని, ఉత్సవాల్లో పాల్గొని అమ్మవారిని దర్శించుకొని వెళ్లడం ఆనవాయితీ.

ఆ గంగమ్మగుడి ధర్మకర్తల మండలికి అధక్షుడిగా నాలుగేళ్ల నుండీ నిరాటంకంగా కొనసాగుతున్నాడు కేశవులు. మహిళా కోటాలో అతని భార్య ఆ ప్రాంతంలో జెడ్ పి టీ సిగా వుంది. సిమెంటు వ్యాపారం, జౌళి దుకాణంతో పాటు కేశవులుకు ఇరవై ఎకరాల మాగాణి వుంది. ఆదాయం వెల్లువెత్తుతూ వుండడంతో, అతనిలో ఆ డాబూ, దర్పం నిరంతరం కనిపిస్తూనే వుంటాయి.

"నమస్తే అయ్యగారూ!" కేశవులు ముందుకు వచ్చి వినయంగా చేతులు జోడించాడొక పాతికేళ్ల యువకుడు. కేశవులు అతని వంక ప్రశ్నార్థకంగా చూశాడు.

"మన మూలింటి పుగ్గాల నారపు మనవడు" కేశవులు చేతిలో వూదాడు ఓబులేసు.

"ఏమిరా, మీ తాత బాగుండాడా? ఈ మద్య కనబడేది లేదే, ఏమిటొచ్చినావు?" దర్జాగా ప్రశ్నించాడు కేశవులు.

"అన్నా, మర్చిపోయినాను. జాతరకు అమ్మోరికి మనం చీర, సారె పెట్టాల గదా, అనాదిగా అమ్మోరికి పట్టుచీర నేసేది నారప్పేగదా, టయానికి వీడొచ్చినాడు" మళ్లీ కేశవులుతో చిన్నగా చెప్పాడు ఓబులేసు.

"ఆ, ఒరే, నీ పేరేమన్నావు?" మళ్లీ అడిగాడు కేశవులు దర్పంగా.

"మోహన్‌కుమార్ సార్" చేతులు నులుముకుంటూ చెప్పాడతను.

"మోహనా, మీ తాతనొకసారి నా దగ్గరికి అంపించు. జాతరకు చీర నెయ్యాల. పండక్కి దర్జాగా అగుపించాల. నా దగ్గరికొస్తే పడుక్కి డబ్బిచ్చి పంపిస్తా" సిగిరెట్టు కాల్చి యాష్‌ట్రేలో కుక్కి అన్నాడు కేశవులు.

"మా తాత గుండె జబ్బుతో రెండు నెల్లనుండి మంచంలోనే వుండాడు. మగ్గం నేయలేడు" గాబరాగా చెప్పాడు మోహన్.

"పోనీ, మీ నాయన్ను నేయమను. లేదా నువ్వు నేయి. మాకు కావలసింది చీరంతే. ఎవరు నేసినా ఒకటే. మొదట్నుండీ మీ వంశమోళ్లే చీరలు నేస్తావుండారు గుడికి. వేరే వాళ్లకు చెప్పగూడదనంతే" మీసాలు దువ్వుతూ కేశవులు చెప్పాడు.

"వీళ్ల నాయన జకార్డు మగ్గం నేయడు. నూరో నెంబరు లుంగీలు నేస్తాడు. ఆయనెక్కడ పట్టుచీర నేస్తాడు? పైగా ఆ సుబ్బరాయుడికీ గసా, ఆస్తమా ఒకటి" ఈసడింపుగా చెప్పాడు ఓబులేసు.

"ఎవురో ఒకరు నేయండి. సరే, ఏమిటొచ్చినావు." అడిగాడు కేశవులు మోహన్ను అనుమానంగా చూస్తూ.

"నేను డిగ్రీ పాసైనాను సార్, బీ.ఈడీ చెయ్యాలనుకొని, ఎంట్రన్సుకు ప్రిపేరౌతావుండా, అంతవరకు ఖాళీగా వుండడం ఎందుకని జిరాక్సు షాపొకటి పెట్టుకోవాలని అనుకున్నా. మీరు సిఫార్సు చేస్తే బేంకోళ్లు లోనిస్తారంటే వచ్చినా" సందేహంగానే చెప్పినాడు మోహన్.

"నేను చెప్తే బ్యాంకోళ్లు ఇనేట్లుంటే ఇంకేమప్పా? ఐనా, చూస్తాంలే, ముందు నువ్వు చీర నేసుకొనిరా పో" నవ్వుతూ అన్నాడు కేశవులు.

"అట్లే సార్, వారం రోజుల్లో నేసుకొని వస్తాను" అన్నాడు మోహన్ లోన్ దొరికిపోయిందన్నంత ఆనందంగా.

"ఔనూ, నీకు మగ్గం నేయడం అసలొచ్చా రాదా, చూస్తే చదూకొన్నోడి నూదిరిగా

వుండావు. నేతపని రాకపోతే చెప్పు. ఇంకోరికెవరికన్నా అమ్మోరి చీర పని అప్పజెప్తాం" మళ్లీ సందేహంగా అన్నాడు కేశవులు.

"వచ్చు సార్, వచ్చు! మొన్నటి వరకూ నేను కాలేజి నుంచొచ్చి మగ్గం గుంటలోనే పొద్దుకూకే వరకూ వుంటూ వుండినా, అమ్మవారి చీర గురించి మీరేం దిగులు పడకండి" వచ్చిన అవకాశం జారిపోతుందేమోనన్న భయంతో చెప్పాడు మోహన్.

"అట్లైతే ఫర్వాలే, చీర దగాధగా మెరుస్తా వుండాల" కోరమీసం దువ్వుతూ అన్నాడు కేశవులు.

"మీరే చూడండిసార్" అని ఆయన దగ్గర శలవు తీసుకొని, పడుగు, పేకల కొనుగోలుకు డబ్బు కూడా అడగకుండా బయలుదేరాడు మోహన్.

* * *

"నీకేమైనా తెలివుండాదా? ఎప్పుడో బుటా చీరలు, సాదా లుంగీలు నేసేసి, మగ్గాన్ని చుట్టేసి చదువులో పడిపోయినావు గదా, నీకు అమ్మోరికి జాతరకు అలంకరించే పట్టుచీర నేసేంత పనితనం వుండాదా?" మోహన్ను మందలిస్తున్నాడతని క్లాస్‌మేట్ సంజీవి కోపంగా.

"ఏమోరా, బ్యాంక్‌లోను కావాలంటే మనకు రెకమండేసను చేసే వోళ్లు కేశవులు తప్ప ఎవురు లేరు. ఆయనకు నాలుగు బాంకుల్లో ఎనిమిది అకౌంట్లు వుండాయి. ఏదో ఒక బ్యాంకిలో మనకు ఆయన సిఫార్సుతో అప్పు పుట్టడం ఖాయం" అన్నాడు మోహన్ సాలోచనగా. "అట్లని నీకు రాని పనిని ఎందుకు ఒప్పుకొనేది ?" మళ్లీ మిత్రుడిపై రుసరుసలాడాడు సంజీవి.

"మా తాత గజనేతగాడు. అమ్మోరి చీరను ప్రతి సంవచ్చరం ఆయనే నేస్తా వుణ్ణేడు. మంచంలో వున్నా, ఆయన తెలివిగానే వుండాడు. ఆయన సలహాలు తీసుకొని చీర నేస్తాను" ధీమాగా చెప్పాడు మోహన్.

* * *

"ఒరే మోహనా, అమ్మోరి చీరంటే ఎంతో శ్రద్ధగా భక్తిగా నేయాలి. అది నేసినన్ని రోజులూ నువ్వు నీచు ముట్టరాదు. పూజ చేయకుండా మగ్గంలో దిగకూడదు. అట్లే అల్లు పట్టడం, వాటు వేయడం, పోగులు సరిచేసేది అన్నీ చాలా శ్రద్ధగా ఒళ్లు దగ్గర పెట్టుకొని నెయ్యాలి. నీకంత ఓపిక వుండాదా?" గుండె జబ్బుతో మంచం పట్టిన నారప్ప అడిగాడు మనవడిని.

మోహన్‌కు ఇదివరదే సాదా చీరలు నేసిన అనుభవం వుండడంతో, అమ్మవారికి చీర నేసే విధానం తాతనడిగి తెలుసుకొని, మంచిరోజు చూసుకొని, తలంటు స్నానం

చేసి, అమ్మవారి పటం ముందు అగరొత్తులు వెలిగించి, పూజచేసి టెంకాయకొట్టి అమ్మోరి చీర నేయడానికి వుపక్రమించాడు. నారప్ప తాత మంచం మోహన్ నేతపని చేసే మగ్గానికి ఎదురుగానే వుండడంతో, ఆయన పోగుల అమరిక గురించీ, పోకచెక్కలు తొక్కే ఒరవడి గురించి, నాడి కదపడం, వాటు వేయడం గురించీ సరైన సలహాలు ఎప్పటికప్పుడు ఇస్తూ వచ్చాడు. వేయికళ్లతో, నారప్ప తాత, అంపశయ్యపై వున్న భీష్ముడిలా మోహన్ను కనిపెట్టుకొని వుండడంతో, మోహన్ జాగురూకతతో మగ్గం నేస్తూ అమ్మవారి చీరను భక్తి శ్రద్ధలతో తయారు చేయసాగాడు. సాయంత్రం మగ్గం దిగాక కూడా, స్నానం చేసి అమ్మవారికి హారతికర్పూరం వెలిగించిన తరువాతే, ఇంటి బయటకు వెళ్లసాగాడు.

మోహన్తో బాటూ వారి ఇంటిల్లిపాదీ కూడా, మోహన్ అమ్మోరి చీర నేసిన వారం రోజులు భక్తిశ్రద్ధలతో వుంటూ, మాంసాహారాన్ని ముట్టక నిష్టగా వుండసాగారు. నారప్ప తాత మాటిమాటికీ జాగ్రత్తలు చెబుతూ వుండడంతో, మామూలుగా నాలుగురోజుల్లో తయారయ్యే పట్టుచీరను జాగ్రత్తగా నేస్తూ మోహన్ వారం రోజుల్లో పూర్తిచేశాడు. సర్వాంగసుందరంగా తయారైన ఆ పట్టుచీరను చూసి, ఇంటిల్లిపాదీ ఎంతో ఆనందించారు.

మోహన్ తెచ్చి ఇచ్చిన అమ్మోరి చీరను చూసి, కేశవులు సంతోషించి, ఆ చీర తాలుకు పడుగు, జరీ ఖర్చు, కూలీల కింద మోహన్కొక మూడువేలు ఇవ్వబోయాడు. కానీ మోహన్ అమ్మోరి చీరను నేయడమే తమ కుటుంబం చేసుకొన్న భాగ్యమనీ, దానికి డబ్బులు తీసుకోమని ఖచ్చితంగా కేశవులకు చెప్పేశాడు.

అట్టహాసంగా ప్రారంభమైన జాతరలో అమ్మవారికి మోహన్ నేసిన పట్టుచీర అలంకరించారు. దానితో మోహన్తో బాటూ ఇంటిల్లపాదీ ఏనుగెక్కినంత సంబరపడ్డారు.

కేశవులు బావవరిది వెంకటయ్యకు ఒక స్వచ్ఛందసంస్థ వుంది. దాని ఆధ్వర్యంలో ఆయన కొన్ని మగ్గాలు నేయించి, ఆ చీరలను సిటీలో విక్రయించి భారీగా సొమ్ము చేసుకుంటూవున్నాడు. ఆ సంస్థ పని మీద రాజధానికి నెలరోజుల క్రితం వెళ్లి వెంకటయ్య తనకు తెలిసిన మంత్రిని కలిసి, జాతరకు తమ వూరికి రావలసిందిగా ఆహ్వానించాడు. తలవని తలంపుగా మంత్రి స్నేహితుడి కుమార్తె వివాహం పక్కవూర్లోనే జరుగుతూవుండడంతో మంత్రి రాజారావు పెళ్లికి హాజరైన తరువాత, వెంకటయ్యతో బాటు జాతరకు వచ్చి, గంగమ్మ గుడిని దర్శించాడు. వెంకటయ్య ఆయనకు అమ్మవారి చీరవిశిష్టత గురించి రకరకాలుగా వర్ణించాడు. దానితో ఆయన త్వరలో జరిగే తన తమ్ముడి కూతురి వివాహానికి కొన్ని చీరలను అమ్మోరి చీర నేసిన కళాకారుడితోనే నేయించి తెమ్మని వెంకటయ్యకు ఆర్డర్ వేశేశాడు. పనిలో పనిగా వెంకటయ్య తమ సంస్థకు భారీలోను

మంజూరు చేయవలసినదిగా కోరుతూ సంస్థ తరపున మంత్రికొక విజ్ఞాపన పత్రాన్ని సమర్పించాడు. మంత్రి ఆ విషయం పరిశీలించగలనని వెంకటయ్యకు కారెక్కేముందు హామీ ఇచ్చేశాడు. దానితో వెంకటయ్య పరమానందభరితుడయ్యాడు. నిజానికి వెంకటయ్య తన సంస్థకు మంజూరైన నిధులలో అధికశాతం నొక్కేసి, ఏదో తృణమో, పణమో సభ్యులకిచ్చి తమ సంస్థను నడిపిస్తూ వున్నాడు. అధికారులెవరైనా తనిఖీకి వస్తే తన మిత్రుల బట్టల షాపుల్లోంచి చీరలు, పంచెలు ఖారీగా తీసుకొని వచ్చి, తన సంస్థ కార్యాలయంలో అవి పెట్టించి, అవి తమ సభ్యుల ద్వారా తయారైన బట్టలే అని అధికారులను నమ్మించి, మసి బూసి మారేడుకాయ చేస్తూ, రాజకీయ పలుకుబడితో తన సంస్థను నెట్టుకొస్తూ వున్నాడు.

* * *

"అమ్మవారి చీర బ్రమ్మాండంగా నేసేవురా మోహనా, ఐతే తస్సాదియ్యా, డబ్బిచ్చినా తీసుకోనంటావు. నీతో ఎలారా సావడం?" తన ఎదురుగా చేతులు కట్టుకొని నిల్చుని వున్న మోహన్ను నవ్వుతూ అడిగాడు కేశవులు.

"సార్, నాకు కావలసింది మీకు ఇంతకు ముందే చెప్పాను, జిరాక్సు మెషిన్లు కొనుక్కొనేందుకు బ్యాంకు వాళ్లతో చెప్పి లక్ష రూపాయలు లోను ఇప్పించండి సార్, కంతులు సక్రమంగా కట్టి రెండేళ్లలో బాకీ తీర్చేస్తాను. మీకు చెడ్డపేరు రానివ్వను" వినయంగా చెప్పాడు మోహన్.

"తస్సాదియ్యా, నీలాంటోడికి తప్పకుండా బ్యాంకోళ్లతో చెప్పి లోనిప్పిచ్చాల్సిందే, కాదన్ను, కానీ నీతో మరొక పని పడిందే" సిగిరెట్టు వెలిగిస్తూ చెప్పాడు కేశవులు.

"ఏమిటి సార్ అది?" ఆత్రంగా అడిగాడు మోహన్.

"మొన్న జాతరకొచ్చిన మంత్రిగారికి నువ్వు నేసిన అమ్మోరి చీర భలేగా నచ్చేసిందయ్యో! దాంతో ఆయన గమ్మనున్నాడా? లేదే? ఇంకో నెలలో ఆయన తమ్ముడి కూతురి పెళ్లంట, ఆ పెళ్లికి పెళ్లికూతురి సింగారానికి నీతోనే పట్టు చీరలు నేయించి తీసుకురమ్మని ఆర్డరేసినాడు. ఏం చేస్తాం? మంత్రితో యవ్వారం! తస్సాదియ్యా, జిగేలుమనే పట్టుచీరలు మూడు నేసేసితీసుకొని రాపో, ఇందా పదేలు అడ్వాన్సు. ఈ చీరలుకు నువ్వు లెక్క తీసుకోకపోతే ఒప్పుకొనేది లేదయ్యో" అన్నాడు కేశవులు దమ్ము పీల్చి.

మోహన్ గొంతులో వచ్చి వెలక్కాయ పడినట్లైంది. ఒక గండం గడిచిపోయిందనుకొంటే మరొకటా?

"తాత సలహాలతో ఎలాగో అమ్మవారి పట్టుచీర నేసేశాడు కానీ, పెళ్లి పట్టుచీరలంటే

మాటలా? తనకు రాదని చెప్పేస్తే?"

కానీ పెద్దోళ్లతో వ్యవహారం, ఎటుపోయి ఎటొస్తుంది. ఈ చీరలు బాగానేసిస్తే, కేశవులు సంతోషపడి వెంటనే తనకు లోను తీసిస్తాడేమో! ప్రయత్నిస్తే పోలేదా?" అనుకుంటూ సందేహంగానే కేశవులు నుండి డబ్బు తీసుకొన్నాడు.

"ఇద్దో, పెద్దోళ్లతో యవ్వారం, పది రోజుల్లో ఆ మూడు చీరలు తళుక్కంటా అగుపించేటట్లు నేసుకొని రావల్ల. లేకపోతే నాకు మాటొస్తుందయ్యో" నవ్వుతూనే చెప్పాడు కేశవులు.

* * *

కేశవులుకిచ్చిన మాట మోహన్‌కు నిద్ర పట్టనీకుండా చేస్తోంది. తాతనేదైనా సలహా అడుగుతామంటే ఆయనకు రెండు రోజులు నుండీ గస, ఆయాసం. దగ్గుతూ నీరసంగా పడుకోని వున్న ఆయన్ను అధికంగా శ్రమపెట్టడం ఇష్టం లేకుండా పోయింది మోహన్‌కు. మూడవ రోజుకు తాత మొఖంలో కొంత కళ వచ్చింది. రెండు రోజుల నుండీ మోహన్ నారప్ప తాత మంచం పక్కనే తన చాప పరచుకొని ఆయనకు శుశ్రూష చేస్తూ వుండిపోయాడు. తాతకు నీరసం తగ్గి మునుపటి కళ రావడంతో సంబరపడ్డాడు మోహన్.

"ఔనురా మోహనా, రెండు రోజులనుండీ కొంచెం దిగులుగా అగుపిస్తావుండావు. ఏమయ్యిందిరా నీకు?" అడిగాడు తాత, మోహన్ కలవరపాటును గమనించి.

తటపటాయిస్తూనే మోహన్ తనను కేశవులు పట్టు చీరలు నేసుకురమ్మన్న విషయం చెప్పాడు తాతకు.

"అంతేనా, దానికోసం ఏందిరా మొహం మాడ్చుకోని కూర్చున్నావు. గట్టిగా కూర్చుంటే వారం రోజుల్లో మూడు పట్టు చీరలు నేసేది పెద్ద కట్టం కాదు. గోవిందరాజులు అంగట్లో నికార్సయిన పట్టు మూడు కేజీలు, జరీ ఆరు మార్కులు కొనుక్కొనిరాపో, డబ్బేమైనా తక్కువైతే నా ట్రంకుపెట్టె అడుగులో వుంటాది" మనవడిని హుషారు పరుస్తూ చెప్పాడు నారప్ప తాత, నవ్వుతూనే.

తాత ప్రోత్సాహంతో మోహన్‌కు వెయ్యి ఏనుగుల బలం వచ్చినట్లైంది. నారప్పతాత చెప్పినట్లుగా పట్టు, జరీ కొనుక్కొని వచ్చి, పెళ్లి చీరలు నేయడం ప్రారంభించాడు. నారప్ప తాత మోహన్ మగ్గంపై చేసే ప్రతి కదలికా జాగ్రత్తగా గమనిస్తూ సూచనలివ్వసాగాడు. వాటు వేయడం, నాడి కదపడం, పోగులు సరిచేయడం, డిజైన్ల కోసం జకార్డు అట్టల అమరిక, అంచునేత, ఇలా ప్రతి విషయంలో అపర ద్రోణాచార్యుడిలా సూచనలిస్తూ వుండడంతో, మోహన్ చకచకా చీరలు నేయసాగాడు. మగ్గంపై వున్న మోహన్ రథంపై

అర్జునుడైతే, నారప్ప తాత రథం నడిపే శ్రీకృష్ణుడే అయ్యాడు. గీతోపదేశం చేసినట్లు నేతపని అంతా దగ్గరుండి బోధిస్తూ వుండడంతో మోహన్ గజనేతగాడిలా మొదటి పట్టుచీర మూడు రోజుల్లోనే నేసేశాడు. రోజూ వుదయం ఆరింటికే మగ్గంపై కూర్చుంటే, పది గంటలకు మగ్గం దిగి చద్దనం తిని, పదకొండింటికి మగ్గంనేత తిరిగి ప్రారంభించి, మధ్యాహ్నం రెండింటి వరకూ నేయడం, రెండుకు భోజనం చేసి, గంటసేపు విశ్రాంతి తీసుకొని, మళ్లీ చీరనేతకు కూర్చుని, ఏకబిగిన రాత్రి తొమ్మిదింటి వరకూ నేయడంతో మిగిలిన రెండు చీరలు ఇంకో నాలుగు రోజుల్లో పూర్తయ్యాయి. పచ్చని పసుపు రంగులో పువ్వులు, లతల బోర్డరుతో ఒకటి, ఆకుపచ్చరంగులో కోటకొమ్మల చీరొకటి, తెలుపు, పసుపు మిశ్రమంలో బ్రోకేడు చీరొకటీ చూడముచ్చటగా కుదిరాయి.

* * *

"శభాష్‌రా, మోహనా, నా పరువు నిలబెట్టినావు. నీకెంతిచ్చినా తక్కువే, ఇందా, ఇంకో ఎనిమిదివేలు. వద్దనకుండా తీసుకో" మోహన్ చేతిలో బలవంతంగా కొన్ని నోట్లు కుక్కాడు కేశవులు. మోహన్ వద్దన్నా ఒప్పుకోలేదు.

నిజానికి అసలైన పట్టు వెల, నికార్సైన జరీ, రంగుల వాడకంతో మోహన్‌కు మూడు చీరల నేతకు పాతికవేల దాకా ఖర్చయింది. కేశవులు ఇచ్చింది పద్దెనిమిదివేలే కానీ తన అవసరం కొద్దీ మోహన్ కేశవులను డబ్బులు అడగలేకపోయాడు.

"సరే, మంత్రిగారింట్లో ఈ పెళ్లి ఐపోనీ, తరువాత నీకు బ్యాంకిలో లోనిప్పిచే పూచీనాది" అన్నాడు కేశవులు, మోహన్ నిరాశగా ఇంటిదారి పట్టాడు.

* * *

వెంకటయ్య తెచ్చిన పెళ్లి పట్టుచీరలు చూసి మంత్రిగారు పరమానంద భరితుడయ్యాడు. రాజకీయపలుకుబడి కూడా దండిగా గల వెంకటయ్య తనకు మద్దతుగా వుంటాడని, అతని సంస్థకు పదిలక్షల రూపాయల ఋణం తక్కువ వడ్డీతో ఇమ్మని ప్రభుత్వానికి సిఫార్సు చేసేశాడు మంత్రి మరో నెల రోజుల్లోనే వెంకటయ్యకా ఋణం మంజూరైపోయింది. మరో రెండు నెలల్లోనే వెంకటయ్య పోష్ లొకాలిటీలో కడ్తున్న ఇంద్రభవనం వంటి ఇంటికి హైక్లాస్ మొజాయిక్ ఫ్లోరింగూ, బలర్షా టేకుతో తలుపుతూ, కిటికీలు, అమరాయి. ఇంట్లో ఖరీదైన ఫర్నిచర్‌కు భారీ అడ్వాన్సు కూడా ఇచ్చేశాడు వెంకటయ్య. తమ సంస్థకు నామమాత్రంగా ఆరు ఫ్రేం మగ్గాలు, ఆరు జకార్డులు మాత్రం తెచ్చి పెట్టి, పనిముట్లు, జరీ, పట్టూ భారీగా కొన్నట్లుగా ఖర్చు రాసుకున్నాడు.

* * *

“ఔనురా వెంకటయ్యా, పదిలక్షల లోను తెచ్చుకున్నావా, అదేమీ కట్టేదీ, పాడులేదు, కదా, మీ అక్కగానీ, నేనుగానీ కనపడలేదారా నీకు?” గ్లాసులో వున్న ద్రావకాన్ని గబగబా తాగి, బావమరిదిని అడిగాడు కేశవులు.

“ఎంతమాట బావా? సొంతం అక్క, పైగా జెడ్ పీ టీ సీ, నీకా ఈ ఇలాకాలో రాజకీయంగా ఎదురు లేదు, నిన్ను కాదంటానా, అక్కకు ఐదు తులాలతో మావిడిపిందెల గొలుసు చేయించి పండక్కి పుట్టింటి సారెగా ఇయ్యాలనుకుంటా వుండా” విస్కీ గుటకేసి చెప్పాడు వెంకటయ్య.

కేశవులు ఇంటి డాబా పై వెన్నెల్లో ఛెయిర్స్ వేసుకొని వారు కూర్చుని వున్నారు. వారి ముందున్న టీపాయ్‌పై విస్కీ హాఫ్ బాటిలూ, సోడా, చిప్స్ వగైరా వున్నాయి. అప్పటికే రెండు రౌండ్లు పూర్తయ్యాయి.

“మరి ఆ మోహన్‌గాడి బ్యాంకీలోను కతేంది, ఎప్పుడిప్పిస్తావుండావు దాన్ని ?” నవ్వుతూ అడిగాడు వెంకటయ్య.

“నీ తలకాయ, ఈ లేబరోళ్లందరికీ పుణ్ణేనికి లోన్లిప్పిస్తే, మళ్లీ మనల్ను అనుకోరు. వాళ్ల మానాన వాళ్లు బతికిపోతారు. మన చుట్టూ వాళ్లు తిరగతానే వుండాల. అప్పుడే మనకు గ్రేడుగా వుంటాది” మరొక విస్కీగ్లాసు ఖాళీచేసి మత్తుగా అన్నాడు కేశవులు.

“అంతేలే బావా, వీళ్లను నెత్తికెక్కిచ్చుకుంటే తరవాత మనం లబలబా మొత్తుకోవల్ల” నవ్వుతూనే చెప్పాడు వెంకటయ్య. నేతగాడి జీవితంలా సీసా ఖాళీ అయ్యింది.

* * *

రెండు నెలలు గడిచాయి. మోహన్ నాలుగురోజులకొకసారి కేశవులును కలవడం, కేశవులు తనకేదో పని వుందనో, బ్యాంకు మేనేజరు బిజీగా వున్నాడనో, వూర్లో లేడనో చెప్పి మోహన్‌కు లోనిప్పిచ్చే పని వాయిదా వేయడం చేస్తూ వచ్చాడు. చివరికొక రోజు ‘ఒరే మోహనా, నేనెంత చెప్పినా ఇనిపించుకోవడం లే, ఇంకో ఆరు నెలలకు ఈయన మారిపోయి, కొత్త మేనేజరు వస్తాడు. అప్పుడు కావలంటే నీకు లోనిప్పిస్తా” అనేశాడు.

మోహన్ బ్యాంకులో అడిగితే, “ష్యూరిటీకానీ, పెద్ద మనుషుల పూచీకత్తు కానీ లేకుండా తాము లోనివ్వలేమని తేల్చేశాడు మేనేజరు. ఉసూరుమని ఇంటిదారి పట్టాడు మోహన్.

“ఒరే మోహనా, తరతరాలుగా మన మగ్గం బతుకులింతేరా. మనం నేసే వజ్రాలవంటి చీరలు అమ్ముకొని షావుకార్లు మేడలూ, మిద్దెలూ కడ్తారు. వాటిని చూపించే భారీలోన్లు బ్యాంకుల నుండీ తీసుకుంటారు. మన బతుకులు మాత్రం ఏ పూరింట్లోనో ‘ఎక్కడ

వేసిన గొంగళి అక్కడే' మాదిర్తో వుంటాయి. మనకు ఎక్కడా అప్పుపుట్టదు. ఇచ్చేకూలీలు బతకడానికి చాలవు.

నామాదిరే ఈ చేనేత పరిశ్రమ కూడా అంపశయ్య మీద భీష్ముడిలా అల్లాడతావుంది. పులిమీద పుట్రలగా రోజు రోజుకీ పెరిగే నూలు ధరలు, మిల్లు గుడ్డలు, మరమగ్గాలతో పోటీ, జీయస్టీ అని దెబ్బమీద దెబ్బ పడ్తా వుండాది. మన కులవృత్తికి ప్రోత్సాహమూలేదు, ఆదరణాలేదు. రోజు రోజుకీ కొడిగట్టిన దీపమై రెపరెపలడతా వుంది. అంపశయ్యపై వుండే వాడికి ఆక్సిజను కావాలంట. మనమగ్గాలోళ్లకి లోన్లు, సబిసిడీలనే ప్రోత్సాహాలు కావల్ల. లేకపోతే అంపశయ్యపై నుండే నాలాంటోడు ఎక్కువగా బతకనట్లే, మన పరిశ్రమ కూడా కొడిగట్టిన దీపంలాగా ఆరిపోతోంది. నీ లాంటి పిలకాయలు ఇప్పటికే ఈ కులవృత్తిలో జరుగుబాటు కాక హోటళ్లలో పనోళ్లుగానో, ఆటోలు తోలుకుంటానో బతుక్కోవాలని టౌన్లకు ఎలబారుతావుండారు. రేపు నువ్వూ ఇంతే" ఆవేదనగా చెప్పాడు నారప్పతాత.

మోహన్ నారప్ప తాత ఆవేదన అర్థం చేసుకున్నట్లుగా ఆయన వంక విషణ్ణవదనంతో చూశాడు. చలిగాలి గది లోపలకు రివ్వున దూసుకొచ్చింది. ఆగాలికి వుక్కిరి బిక్కిరౌతూ దగ్గుతూ తాత ఆయాసపడసాగాడు. మోహన్ దుప్పటి ఆయన గుండెల వరకూ కప్పి, తాత గుండెను ఆప్యాయంగా నిమిరాడు. దూరంగా ఒక గుడ్లగూబ వికృతంగా కేక పెట్టింది. అప్పటికే చీకట్లు దట్టంగా అలుముకున్నాయి.

ఆలి కోరిన చీర

"దీపావళి పండుగొస్తావుండాది. పిలకాయలకు కొత్త గుడ్డలు, టపాసులు కొనల్ల. ఇంట్లో కర్సులు భారీగా వుండాయని నన్ను సతాయిస్తావుండారే గానీ నూలు, రేషం రేట్లు అగ్గి మాదిర్తో ఎట్టా మండతావుండాయి వార్పు, జరీ, సప్పురీ ఈ కర్సులన్నీ ఆసామి ఎట్టరా భరాయిస్తావుండాడని ఏమైనా ఆలోసిస్తా వుండారా?" తన మగ్గాల షెడ్లో పని చేసే చేనేతకార్మికులను వుద్దేశించి అడిగినాడు షావుకారు నీలకంఠ.

వారం మజూరీ తీసుకొనే కూలీలు ఏం మాట్లాడగలరు? ఆసామి తమకు పండక్కు ఏమైనా అడ్వాన్సు ఇస్తే, పండగ సాఫీగా జరిగిపోగలదని ఆశ పెట్టుకున్న నేత కార్మికులు తమ షావుకారుకు ఎదురు చెప్తే, ఏమౌతుందో ఏమోనని మౌనం వహించారు.

చిత్తూరుజిల్లా పడమటి ఇలాకాలో కర్ణాటక బార్డర్లో వున్న చల్లని ప్రదేశం మదనపల్లె. ఆ ప్రాంతంలోని వాతావరణం పట్టు పరిశ్రమకు అనువుగా వుండడంతో, మదనపల్లె శివార్లలో వున్న నీరుగట్టువారిపల్లె ప్రాంతంలో ఐదువేలకు పైగా పట్టుమగ్గాలు వెలిశాయి. చుట్టుపక్కల వున్న గ్రామాల్లోంచే కాక కర్ణాటకలోని ఎలహంక, ధర్మవరం వంటి దూర ప్రాంతాల్లోంచి కూడా చేనేత కార్మికులు వుపాధి కోసం వెతుక్కుంటూ అక్కడికొచ్చి స్థిరపడ్డారు.

ఐదునుండి ఇరవైదాక మగ్గాలతో కూడిన రేకుల షెడ్లు అనేకం నీరుగట్టుపల్లెలో వెలిశాయి. చేనేతకార్మికులు జకార్డు మగ్గాల్లో పట్టుచీరలు నేస్తూవుంటే షావుకార్లు ఆ చీరలను తమ వాహనాల్లో చెన్నై, బెంగుళూరు వంటి పట్టణాలకు తీసుకుని వెళ్లి షాపులవాళ్లకు భారీ లాభాలతో అమ్ముకుని లక్షలు గడించారు. కార్మికుల కోసం ఆసాములు అగ్గిపెట్టెల్లాంటి పోర్షన్లు అనేకం కలిగిన బిల్డింగులు కట్టించారు. భారీ అద్దెలు భరిస్తూ చేనేతకార్మికులు అక్కడ నివసిస్తూవుంటే, ఇంద్రభవనాల వంటి హర్మ్యాలలో షావుకార్లు నివసిస్తూ వుంటారు. వీరికీ, వారికీ నక్కకూ, నాగలోకానికీ మద్య వున్నంత వ్యత్యాసం వుంటుంది.

నైపుణ్యం కలిగిన వృత్తికార్మికులకు భారీ అడ్వాన్సులు ఇచ్చి షావుకార్లు పనుల్లో పెట్టుకుంటూ వుంటారు. దూరప్రాంతాల నుండి వచ్చిన కార్మికులు ఆ అడ్వాన్సులతో

నివాసం కుదుర్చుకుని, ఇంటికి కావలసిన వస్తు సామగ్రికీ, పిల్లల చదువులకూ ఖర్చు పెట్టుకుంటూ వుంటారు. పని మానేసి స్వగ్రామానికి తిరిగి వెళ్లిపోదామనీ, లేదా మరో షావుకారు వద్ద పనిలో కుదురుకుంటామంటే మాత్రం తాము తీసుకున్న అడ్వాన్సులు కార్మికులు షావుకారుకు తిరిగి ఇచ్చివేయాలి. అంతేగాక పండుగలకూ, పబ్బాలకూ షావుకార్లు తమ దగ్గర పనిచేసే కార్మికులకు కొంత డబ్బు ముట్టజెప్తూ వుంటారు. ఆ సొమ్మును కార్మికులకు ప్రతి మంగళవారం చెల్లించే రూలీ డబ్బులోంచి మినహాయించుకుంటూ వుంటారు.

చేనేత పనివాళ్లెవరూ మాట్లాడకపోవడంతో, షావుకారు నీలకంఠ విసుక్కొని, "మీకెవురికీ నా బైచాట్లు పట్టవులే. వ్యాపారం డౌనై, నేనెన్ని కష్టాల్లో వున్నా, మీ సంతోసం నేనెందుకు వద్దనేదిలేప్పా, తలా ఒక ఎనిమిది వేలు సర్దుతా వుండా. వారం, వారం వెయ్యి రూపాయల లెక్కన మీ మజూరీలో రెండునెలలు ఆ దుడ్లు పట్టుకొంటా" అని గుమస్తాని డబ్బు తెమ్మని తన షెడ్లో పని చేసే ఆరుమంది కార్మికులకూ తలా ఎనిమిది వేలు లెక్కన ఇచ్చాడు. మిగతావారితో బాటూ రమణ కూడా ఆ డబ్బును ఆనందంగా అందుకున్నాడు.

రమణది మదనపల్లెకి యాభైకిలో మీటర్ల దూరంలో వున్న ములకలచెరువు గ్రామం. ఉపాధి వెతుక్కుంటూ పదేళ్ల క్రితం మదనపల్లెకి వచ్చి స్థిరపడ్డాడు. తరువాత రెండేళ్ల కతనికి పద్మతో పెళ్లైంది. పిల్లలు పుట్టాక ఖర్చులు పెరిగాయి. పట్టు మగ్గాలు నేయడంలో మంచి నేర్పరిగా రమణ పేరు పొందాడు. నెలకు పదీ, పన్నెండు వేలు చేతికొస్తూ వున్నా టౌన్లో ఏమాత్రం సరిపోకుండావుంది. నీలకంఠ కట్టించిన బిల్డింగ్ మూడో అంతస్థులో భార్యా పిల్లలతో వుంటున్నాడు రమణ కూడా.

రమణ భార్య పద్మకు నాలుగేళ్ల కొడుకు హరి, మూడేళ్ల కూతురు సునీతల ఆలనాపాలనా చూడడం, వంటపని, ఇంటిపనితోనే రోజంతా సరిపోతూవుంటుంది. ఐనా ఆమె తీరిక సమయాల్లో రాట్నం వడకడం, కండెలు చుట్టడం వంటి పనులతో కొంత సంపాదిస్తూ వుంటుంది. వేణ్ణీళ్లకు చన్నీళ్లలా ఆ సంపాదన రమణ కుటుంబానికి తోడ్పడుతూవుంటుంది.

పెళ్లై ఎనిమిదేళ్లు కావస్తున్నా, రమణ భార్యకోసం ఏమీ చేయలేకపోయాడు. తాను ఆదా చేసిన సొమ్ము పదిహేనువేల వరకూ రమణ బ్యాంక్ అకౌంట్లో వుంది. దానికి షావుకారు ఇప్పుడిచ్చిన ఎనిమిదివేలు కలిపి భార్యకేదైనా చిన్నపాటి బంగారునగ కొనాలనుకున్నాడు.

రమణ ఇల్లు చేరేసరికి, అతని భార్య వంటపని పూర్తి చేసుకొని కండెలు చుట్టుతూ రాట్నం వద్ద కూర్చుని వుంది. ఆమె ముఖంలో చిరునవ్వుతో కూడిన సంతృప్తి రమణను ఎప్పుడూ మంత్రముగ్దుణ్ణి చేస్తూవుంటుంది.

"పద్మా, నీకో మంచి వార్త" అని తాననుకున్న విషయం భార్యకు చెప్పాడు రమణ.

"పిల్లలు పెద్ద వాళ్లవుతావుండారు. వాళ్లను మంచి కానువెంటలో సదీపిచ్చాల. దాని ఫీజులకూ, పుస్తకాలకూ చానా కట్టాల. ఇప్పుడు నాకా దండ సేయించకపోతే ఏమీ మునిగిపోయింది లేదు. ముందు వాళ్ల కత చూడు" కండెలు తిప్పుతూనే నిర్వికారంగా చెప్పింది పద్మ.

"అదిగాదు, పెళ్లై ఇన్నేళౌతావుండాది. నీకింత వరకూ నేను సొమ్ములేమీ కొనిపీలే. తలచుకుంటే నాకే బాధైతావుండాది" అన్నాడు రమణ.

"నీకంతగా కొనీయాలనుంటే మన పెళ్లైనరోజు వచ్చే నెలేగదా, అప్పుడెప్పుడో నువ్వు మగ్గంలో నేయడానికి గోదుమ రంగులో హంసల అంచు వుండేపువ్వుల పట్టు చీరొకటి సూపిచ్చినావు చూడు, సరిగ్గా అట్టాంటిదే మగ్గంలో నేసి నాకు తెచ్చియ్యి" అంది పద్మ నవ్వు మొఖంతో భర్త వంక చూస్తూ గోముగా.

"ఓస్ ఇంతేనా?" అన్నట్లుగా రమణ ఆమె వంక చూశాడు, ...

"అదెంత సేపు, మా మగ్గాల షెడ్లో మునసామి అనే ఆయప్ప రేపు అయ్యప్పసామి దర్శనానికని శబరిమల కొండకు పోతావుండాడు. పది రోజులు రాడాయప్ప. ఆ మగ్గం ఖాళీగానే వుంటాది, చీరలకు కావలసిన పడుగూ, పేక, జరీ అదీ నేను తెచ్చుకుంటానంటే ఆ మగ్గంలో చీర నేయడానికి మా షావుకారు గూడా ఒప్పుకుంటాడు. వారం రోజుల్లో ఆ చీర నేసెయ్యచ్చు" గర్వగా చెప్పాడు రమణ భార్యతో.

"ముందు ఆ పనికానీ, మిగిలిన దుడ్లు బ్యాంక్‌లో వేసి భద్రంగా పెట్టు" అన్నది పద్మ. రమణ 'అట్లేలే' అని స్నానం చేయడానికి బాత్‌రూంలోకి దూరాడు.

* * *

"ఏం రెడెప్పా, నీ పెండ్లాం ఏదో బాంకి మేనేజరు ఇంట్లో పని చేస్తావుండాదని ఇంతకు ముందు నాతో ఒకసారి చెప్పుండావు గందా! ఆ బ్యాంకాయప్పతో ఓసారి మాట్లాడొస్తాము. పట్టు రేషం కొనేదానికీ, కొత్తగా మగ్గాలు వేపిచ్చేదానికి పెట్టుబడి నాలుగు లక్షల దాకా కావల్ల. బాంకిలో లోనేమైనా చిక్కతాదేమో కనుక్కోవల్ల" షావుకారు నీలకంఠ తన దగ్గర పనిచేసే నేత కార్మికుడు రెడ్డెప్పను అడిగాడు.

"అట్లే లేప్పా. ఆ మేనేజరు సారు పేరు రంగస్వామి. ఆయన శానా మంచోడు.

అప్పారావు వీదిలోనే ఆ యప్పా వాళ్లుండేది. ఆదివారం తెల్లార్తో ఆయన వాళ్ల ఇంట్లో అటకమీద నుండి కొన్ని సామాన్లు దించాలని నన్ను రమ్మనున్నాడు. ఆ టైంలో నేను మీ గురించి ఆయనకు చెప్పాను. ఆయన ఎప్పుడు రమ్మంటే అప్పుడు పోయి ఆయన్తో మాట్లాడుతాం" అన్నాడు రెడ్డెప్ప.

"అట్నేలే రెడ్డెప్ప, మన షెడ్లో నేసిన ఏమైనా మంచి చీరలు నాలుగెత్తుకొనిపోయి ఆయమ్మకు కూడా సూపిత్తాం. వాళ్లకు నచ్చితే బాగా తక్కువ రేటుకే ఇచ్చేస్తాం" అన్నాడు నీలకంఠ ఆనందంగా.

రమణ తన భార్య అడిగిన హంసల చీరకు కావలసిన సిల్కురేషం, జరీ అదీ కొనుక్కొచ్చాడు, ఖాళీగా వున్న మగ్గంలో తన కోసం ఒక చీర నేసుకుంటానని ఆసామి నీలకంఠను అడిగాడు.

"దానికేం లేరా, నీపనైనాక అట్నే నేసుకో" అని రమణకు పర్మిషనిచ్చేశాడు షావుకారు నీలకంఠ.

భార్య పెళ్లిరోజు కానుకగా అడిగిన చీర అందంగా కనిపించాలని రమణ ప్రత్యేక శ్రద్ధ తీసుకొని ఆ హంసల చీరను శ్రద్ధగా నేయసాగాడు.

* * *

"మీరు మగ్గాలు, జకార్డులూ కొనడానికి వర్కింగ్ కేపిటల్ కోసం లోన్ తీసుకోవాలంటే నాకేం అభ్యంతరం లేదు. ముద్ర పథకం కింద మీకు బ్యాంక్‌లోన్ మంజూరు చేస్తాం. పైగా మీరు ష్యూరిటీగా మీ షెడ్డు డాకుమెంట్స్ ప్లెడ్జ్ చేస్తామంటున్నారు" బ్యాంకి మేనేజర్ రంగస్వామి చెప్పిన మాటలకు నీలకంఠ ముఖం వికసించింది.

"చాలా థాంక్స్ సార్, కనీసం నాలుగు లక్షలైనా లోను కావాలసి వుంటుంది, ఒక నెల రోజుల్లో ఇచ్చేస్తే కొన్ని అర్జెంటు ఖర్చులు భరాయించుకోవచ్చు" అన్నాడు.

"పది రోజుల్లోనే ఇస్తాం, మీరా డాకుమెంట్లు తీసుకొని బుధవారం మధ్యాహ్నం నన్ను బ్యాంకిలో కలవండి" అన్నాడు మేనేజరు.

గదిలో రెడ్డెప్ప తాము తెచ్చిన చీరలను బ్యాంకి మేనేజరు భార్య ఆదిలక్ష్మికి చూపాడు. ఆమెకు ఆ చీరల డిజైన్లూ, నాణ్యత నచ్చినా రంగులు నచ్చలేదు.

"నేనెలాగూ మీ మగ్గాల షెడ్ ఇన్స్‌పెక్షనుకు రావాలిగదా, అప్పుడు నాతో బాటు మా ఆవిడను కూడా తీసుకొస్తా, ఆమెకు నచ్చిన చీరలు ఆమే సెలక్ట్ చేసి తీసుకుంటుంది" అన్నాడు మేనేజరు.

* * *

"ఏమక్కా, మీ పెళ్లైన రోజు దగ్గర్లోనే గదా, బావను తీసుకొనిపోయి బజారులో మంచి చీరేదైనా కొనక్కరాకపోయినవా?" చుట్టపు చూపుగా అక్క ఇంటికి వచ్చిన పద్మ చెల్లెలు రాధ అడిగింది.

"మీ బావ ఆయన మగ్గంలోనే పెసలుగా మా పెళ్లిరోజు కోసం హంసలంచు పట్టు చీరొకటి నేస్తా వుండాడు, వేరే కొనే పన్లే" నవ్వుతూ చెప్పిది పద్మ కూరగాయలు తరుగుతూ.

"ఇంకేమబ్బా, అదురుష్టమంటే నీదే, మీ ఇంటాయనే నీకోసం చీర నేసి తెస్తావుండాడు గదా" ఆనందంగా చెప్పింది రాధమ్మ.

"ఔను, ఆరోజు ఆ చీర కట్టుకొని మా ఆయన, పిలకాయల్ను తీసుకోని బోయకొండ గంగమ్మ గుడికి పోయి రావలనుకున్నాం" అన్నది పద్మ.

* * *

ఆదివారం సాయంత్రం ఐదుగంటలకు బ్యాంకు మేనేజరు రంగస్వామి తన భార్య ఆదిలక్ష్మితోబాటు, మగ్గాల ఆసామి నీలకంఠ ఇంటికి వచ్చాడు. వారిని తన ఏసీ షో రూమ్‌లో కూర్చోబెట్టి, కాఫీ తెప్పించి మర్యాద చేశాడు నీలకంఠ.

పనివాళ్లు అద్దాలు అమర్చిన షోకేసుల్లోంచి పట్టు చీరలు తీసి ఆదిలక్ష్మికి చూపసాగారు. ఆమె తనకు నచ్చిన రంగులనూ, డిజైన్లనూ ఎంపిక చేసి, రెండు చీరలను తీసి పక్కనపెట్టమంది.

"రండిసార్, నా మగ్గాల షెడ్ చూద్దురుగానీ" తన ఇంటికి పక్కనే వున్న మగ్గాల షెడ్‌లోకి దారి తీశాడు నీలకంఠ. రంగస్వామి, ఆదిలక్ష్మి ఆసక్తిగా అతడిని అనుసరించారు.

ఆదివారం మగ్గాల పనివాళ్లకు శలవులేదు. మంగళవారాలూ, అమావాస్య రోజుల్లో మాత్రమే. వారు మగ్గం నేయరు. నడుంలోతు గుంటల్లో నిలబడి, బరువుగా మగ్గం వాటు వేస్తున్న నేతకార్మికులను చూశారు వారు.

ఒక మగ్గంపై రమణ నేస్తున్న గోధుమరంగులోని హంసల బోర్డర్ చీర వుంది. ఆ చీరను చూడగానే ఆదిలక్ష్మి కళ్లు జిగేల్‌మని మెరిసాయి. ఆ సమయంలో రమణ టీ తాగడానికి బయటకు వెళ్లాడు.

"ఈ చీర చాల బాగుంది. దీని ఖరీదెంతో?" కుతూహలంగా అడిగింది ఆదిలక్ష్మి.

"రేటు విషయమేముండాది? మీకు నచ్చేది మాకు ముఖ్యం. ఈ చీర నేసేది ఎవురుప్పా" ఆసామి నీలకంఠ మగ్గాల పని వాళ్లనడిగాడు.

"రమణ నేస్తావున్నాడునా, వాడి పెళ్లి రోజు దగ్గర్లో వుండాదంట. రమణ తన భార్య కోసరమని ఆ చీర నేస్తావుండాడు..." రెడ్డెప్ప షావుకారు నీలకంఠ దగ్గరకు పోయి చిన్నగా

ఆయన చెవిలో చెప్పినాడు.

"ఏమి ఫర్వాలే. చీర నేత ఐపోవచ్చింది. నేత కోసినాక నాకు తెచ్చీమను రమణను. రేషం లెక్కా కూలీ ఇచ్చేస్తాలే" అన్నాడు నీలకంఠ.

అప్పుడే అక్కడకు వచ్చిన రమణ నీలకంఠ మాటలు విని అవాక్కయ్యాడు. ఏమీ మాట్లాడలేక బాధ కళ్లలో సుడులు తిరుగుతూ వుంటే మిన్నకుండిపోయాడు.

* * *

ఆదిలక్ష్మికి నచ్చిన, రెండు చీరలతోబాటు గోధుమరంగులో వున్న హంసల చీరను కూడా పాక్ చేయించి బ్యాంక్ మేనేజరు ఇంటికి తీసుకువెళ్లాడు నీలకంఠ. ఆయన వద్దంటున్నా వినకుండా మేనేజరు ఒక రెండు వేలు నీలకంఠ చేతిలో పెట్టాడు. పదివేలకు పైగా విలువ చేసే చీరలను కారు చౌకగా ఖరీదు చేసేశాడు రంగస్వామి తెలివిగా.

"నీకు కొత్త మగ్గాలు పెట్టుకొనేదానికిలోను మంజూరై పోయినట్లే, బుధవారం మీ ఇల్లు, షాపు, మగ్గాల షెడ్డు డాకుమెంట్లు తీసుకొనొచ్చి నన్ను బ్యాంకిలో కలువు" అన్నాడు రంగస్వామి. నీలకంఠ ఆనందంగా ఇంటికి బయలుదేరాడు.

* * *

"ఇదేమి అన్నేయమక్కా, నీవు ఎంతో ఇట్టంగా పెళ్లిరోజుకని అడిగితే, మీ ఆయన చీర నేస్తావుండాడు, అట్టాంటి చీరను ఎవురో బ్యాంక్ మేనేజరు భార్యకు కట్టబెట్టే దానికి ఆ షావుకారుకు మనసెట్లా వచ్చింది?" కోపంగా అన్నది రాధమ్మ, షావుకారుపై రుసరుసలాడుతూ.

"పోనీలేవే, ఎవురో ఒకరు ఆ చీరను కట్టుకుంటావుండారు. వాళ్లైనా సంతోషంగా వుండనీ" కళ్లనీళ్లతో అన్నది పద్మ. చాటుగా వాళ్ల సంభాషణ వింటున్న రమణ మనసు బాధతో మూలిగింది.

* * *

"ఏమే నూకాలూ, మీ ఇంటాయన పని చేసే మగ్గాల షెడ్లో ఇంత మంచి చీరలు నేస్తా వున్నారని ఇన్ని రోజులూ నాతో చెప్పనేలేదు" తన ఇంట్లో పని చేసే నూకాలమ్మను అడిగింది ఆదిలక్ష్మి.

"అక్కడి చీరలే సిటీలో షాపులోళ్లకు ఇస్తావుంటాడమ్మా ఆ షావుకారు. బెంగుళూరు, మదరాసు సిటీల్లో షాపులకేసే దానికే చీరలు చాలవంట. అందుకే ఇక్కడ షాపులో చీరలు పెద్దగా అమ్మేది లేదు అంటాడు మా ఆయన" ఇల్లు వూడుస్తూనే చెప్పింది నూకాలు.

"ఈ గోధుమ రంగులో హంసల చీర బార్డరు చూడు. గోమేధికం రాయి మాదిర్తో

మెరిసిపోతావుండాది" పరవశంగా చెప్పింది ఆదిలక్ష్మి.

నూకాలు తటపటాయించి "అమ్మా ఒకమాట, ఈ చీరను రమణ అనే ఆయప్ప వాళ్ల పెళ్లిరోజు కోసరం భార్యకు ఇయ్యాలని నేస్తావుణ్ణేడంట. మా ఆయన నాతో చెప్పినాడు" అన్నది నూకాలమ్మ.

ఆదిలక్ష్మి ఆలోచిస్తూ వుండిపోయింది.

* * *

"ఎవురికెంత ప్రాప్తమో అంతేలే, ఏం చేస్తాం, మీ ఆయన్తోబాటు బజారుకు పొయ్యి ఏదో ఒక చీర తెచ్చుకో" రాధమ్మ మాటలు పట్టించుకోనట్లు కిటికిలోంచి బాధగా చూస్తూ వుండిపోయింది పద్మ. తాను ఏరికోరి ఎంచుకున్న చీరను మరొకరు స్వంతం చేసుకోవడంతో ఆమె మనసు కలచి వేసినట్లైంది.

రమణ ఏమీ మాట్లాడలేక మిన్నకున్నాడు, షావుకారు మాటలకు ఎదురు చెప్తే, తనను పనిలోంచి తీసివేసి, తాను తీసుకున్న అడ్వాన్సు తిరిగి కట్టమనవచ్చు, అంత డబ్బు పోగు చేసేందుకు శక్తిలేదు రమణకు, అందుకే భార్య మనసు నొచ్చుకుంటుందని తెలిసినా మిన్నకున్నాడు ఏమీ చేయలేక.

"ఇంకే చీరా వద్దు, నాకింతే ప్రాప్తం అనుకుంటాను" బాధగా చెప్పింది పద్మ. ఆమెను తీవ్ర నైరాశ్యం ఆవహించింది.

రమణకు భార్యను ఎలా సముదాయించాలో తెలిసిరావడంలేదు. తన భార్య ఎంతగానో మనసుపడ్డ చీర మరొకరు ఎగరేసుకొని పోయినందుకు కూడా బాధలేదు. 'ఇంతకాలం తాను విశ్వాసంగా పనిచేస్తూ గజనేతగాడిగా పేరు తెచ్చుకున్నందుకు కూడా షావుకారు దగ్గర తనకు విలువ లేకుండాపోయిందే' అని అతనికి ఒకటే దిగులుగా వుంది.

హఠాత్తుగా వాళ్ల వాకిటిలో కారు ఆగింది. 'తమ ఇంటికి కారులో వచ్చే వాళ్లెవరున్నారా?' అని ఆశ్చర్యంగా గుమ్మం దగ్గరకు వెళ్లి చూశాడు రమణ. కారులోంచి దిగుతున్న వాళ్లను చూసి అతనికి ఆశ్చర్యంతో నోట మాట రాలేదు.

బ్యాంకు మేనేజరు రంగస్వామి, అతని భార్య ఆదిలక్ష్మితో బాటూ మగ్గాల షెడ్లో తనతో బాటూ పనిచేసే రెడ్డెప్ప కూడా కారు దిగుతూ కనిపించారు రమణకు. మేనేజరు రంగస్వామి చేతిలో ఒక కవరూ అతని భార్య చేతిలో మరో పాకెట్టూ వున్నాయి.

"రండి, రండి" తత్తరపడుతూ వారిని ఇంటిలోపలకు ఆహ్వానించాడు రమణ.

"రమణా, మీ ఇల్లు కనుక్కోవడానికి మీ రెడ్డెప్పను తోడు తీసుకోచ్చాం. అన్నట్లు

ఈ రోజు మీ పెళ్లిరోజట గదా, శుభాభినందనలు" రమణ చేయి పట్టుకొని కరచాలనం చేస్తూ చెప్పాడు రంగస్వామి నవ్వుతూ.

పద్మ, రాధ వచ్చిన వాళ్లకు ఇంటిలోని ఒకే కుర్చీని ఎలా అడ్జస్ట్ చేయాలో తెలియక హడావిడి పడసాగారు.

"ఏమి కంగారు వద్దమ్మా, ఇదిగో నీకోసం మీ ఆయన ప్రత్యేకంగా నేసిన చీర. ఐనా అది మీ ఆయన చేతి మీదుగానే నీకిస్తే బాగుంటుంది" అని రంగస్వామి తన చేతిలోని పాకెట్టును రమణ చేతికిచ్చాడు. రమణ ఆశ్చర్యంగా ఆ కవర్‌లోంచి తాను నేసిన గోధుమ రంగు హంసల చీరను చూసి ఆనందంతో వుక్కిరి బిక్కిరయ్యాడు.

"అదేంది సార్, మీ ఆవిడ కొనుక్కున్న చీర..." తడబడుతూ అంది రాధమ్మ.

"లేదమ్మా, మేము వేరే చీరలు కొనుకున్నాం, ఐనా ఇంత గొప్ప కళాకారుడిని గౌరవించడం మనందరి కర్తవ్యం. భార్య కోసం ఆయన కష్టపడి నేసిన చీర పెళ్లిరోజు కానుకగా ఆమెకే దక్కడం భావ్యం. మా వంతు కానుకగా మేమూ ఈ దంపతులకు ఒక కానుక తెచ్చాం" అని ఆదిలక్ష్మి తన చేతిలోని పాకెట్టు పద్మ కందించింది. అందులోనుండి ఫ్రేమ్ కట్టివున్న వెంకటేశ్వర స్వామి ఫోటో తీసిచూసి పద్మ ఆనందపడిపోయింది.

"రెడ్డెప్ప మాకంతా చెప్పాడు. మీ షావుకారుతో మేమేమీ చెప్పం. నీకేమీ భయం లేదు రమణా, ఇంకా దేనికి ఆలస్యం? పెళ్లిరోజు గిఫ్టును త్వరగా నీ భార్యకివ్వు" అని తొందరపెట్టాడు రంగస్వామి.

రమణ ఆశ్చర్యానందాలతో వుక్కిరిబిక్కిరౌతూ హంసల పట్టు చీరవున్న పేకెట్లు పద్మ చేతికందించాడు. చప్పట్లతో ఆ దంపతులకు అభినందనలు తెలిపారు మిగతావారు.

"వుండండి, మీకంతా టీ కలుపుకొస్తాను" అన్న పద్మ మాటలను లెక్కచేయకుండా "నాకు చాలా పనుందమ్మా, పెళ్లిరోజు మీ దంపతులను గ్రీట్ చేద్దామని వచ్చాను" అని బయల్దేరాడు రంగస్వామి. పద్మ ఆదిలక్ష్మికి బొట్టు, తాంబూలం ఇచ్చి సాగనంపింది.

"అక్కా, ఇంకా ఏంది నీ లేటు, త్వరగా గోదుమరంగు చీరను కట్టుకొనిరా. బావ నిన్ను, పిల్లలనూ బోయకొండ గంగమ్మ గుడికి తీసుకొని పోవడానికి రెడీగావున్నాడు" అని పరాచికాలాడింది రాధమ్మ. రెడ్డెప్ప అందుకు వంత పాడాడు. పద్మ సిగ్గుపడుతూ గోధుమరంగు చీరను తీసుకొని ఇంటిలోపలకు పరుగెత్తింది ఆనందంగా.

వెంకటగిరి జరీచీర

“ఇదిగో రషీదు, త్వరగా మనం చిత్తూరు చేరుకోవాలి. మినిస్టరుగారి మీటింగు వుదయం పదకొండు గంటలకు. మనం ఇంకా ఇరవై మైళ్ల దూరంలో వున్నాం” జీవు డ్రైవరును తొందరపెడ్తూ అంది యశోదమ్మ.

“అమ్మగారూ, నేంద్రగుంట దగ్గర లారీ యాక్సిడెంట్ జరిగి లారీ రోడ్డుకడ్డంగా వుండిపోయింది గదా, దాంతో పెనుమూరు మీదుగా అడ్డదారిలో వచ్చాం. ఈ మట్టి రోడ్డులో ఎంతలేదన్నా, ఓ అరగంట లేటౌతుంది” డ్రైవింగ్ చేస్తూనే యథాలాపంగా అన్నాడు రషీదు. జీపులో కూర్చున్న మిగిలిన ఆడవాళ్లు వాచీలు చూసుకొని విసుక్కొన్నారు.

చంద్రగిరి దగ్గర వున్న ఓ పల్లెటూరు యశోదమ్మది. మహిళా రిజర్వేషనులో ఆమె ఆ వూరి సర్పంచి కాగలిగింది. ఐదేళ్ల పదవీకాలంలో కాంట్రాక్టులు, రోడ్డు పనుల్లో బాగానే వెనకేసుకుందావిడ. ఈసారి ఎలాగైనా జెడ్‌పిటీసీ కావాలని ప్రయత్నిస్తూ వుంది. మరో రెండు నెలల్లో జిల్లా పరిషత్ ఎన్నికలు వున్నాయి. ఈలోగా మంత్రిగారిని ఎలాగైనా ప్రసన్నం చేసుకొని సీటు సంపాదించాలని చూస్తూవుంది.

ఆరోజు వుదయం పదకొండు గంటలకు మినిస్టరుగారు చిత్తూరులోని ఓ అనాథ శరణాలయంలో చిన్న మీటింగ్ ఏర్పాటు చేసి వున్నారు. బాలల దినోత్సవం సందర్భంగా ఏర్పాటు చేసిన ఆ మీటింగ్‌లో అనాథ బాలలకు పంచడానికి స్వీట్లు, పాత బట్టలు తీసుకొని యశోదమ్మ తన స్నేహితురాళ్లతో కలసి ఓ ప్రైవేటు జీపు మాట్లాడుకొని చిత్తూరుకు బయలుదేరింది. పట్టు చీరలు కట్టుకొని ఆడంబరంగా సింగారించుకొన్న ఆ ఆడవాళ్లు పాత బట్టల మూటను తమకు తగలకుండా సీటుకింద జాగ్రత్తగా పెట్టారు. ఓ పల్లెటూరి రోడ్లో వెళ్తోంది జీపు. రెండు రోజులుగా పడ్తున్న వర్షాలకు రోడ్డంతా బురదమయమయ్యింది. ఎదురుగా స్పీడ్‌గా వస్తున్న లారీని తప్పించబోయి, రోడ్డు మూలకు కట్ చేశాడు జీపు డ్రైవరు. ఆ విసురుకు రోడ్డుపై నున్న బురద ఎగిరి వచ్చి యశోదమ్మ చీరపై పడింది.

“అయ్యో, అయ్యో, బంగారంలాంటి చీర పాడైపోయింది, ఈ అవతారంతో ఎలా మంత్రిగారి మీటింగ్‌కు వెళ్లాలి?” అని చీరను చూసుకొని కంగారు పడిపోయింది యశోదమ్మ. ఆమె స్నేహితురాళ్లు కూడా ఏం చేయాలో తెలియక కంగారుపడిపోయారు.

"కంగారు పడకండమ్మా, మీ ఇంట్లో ఇంతకు మునుపు చిట్టెమ్మ అనే పనిమనిషి వుండేది కదా, వాళ్లది ఈ వూరే. వాళ్ల నాయన మగ్గాలు నేసేవాడు. వాళ్లింట్లో కొత్త చీరలు వుండవచ్చు" అని యశోదమ్మకు ధైర్యం చెప్పాడు రషీదు. అతనుండేది యశోదమ్మ వాళ్ల వీధిలోనే కాబట్టి అతనికి వాళ్లింట్లో పనిచేస్తూ వుండిన చిట్టెమ్మ తెలుసు.

రషీదు ఆ పల్లెటూర్లోని చిల్లర దుకాణం వద్ద జీపు ఆపి, చిట్టెమ్మ వాళ్ల ఇల్లు గురించి వాకబు చేశాడు. పదినిమిషాల్లోనే జీపు వూరి చివర బీసీకాలనీలోని చిట్టెమ్మ వాళ్లింటి ముందు ఆగింది. జీపు శబ్దం విని బయటకు వచ్చిన చిట్టెమ్మ మొఖం యశోదమ్మను చూసి చాటంతయ్యింది. ఇంట్లోకి రండమ్మా" అని అందరినీ ఆహ్వానించింది.

చేస్తున్న మగ్గం పనిని నిలిపివేసి, చిట్టెమ్మ తండ్రి నాదముని వెలుపలకు వచ్చాడు. విషయం విని రెండు రోజుల క్రితమే తాను నేసిన వెంకటగిరి జరీ నేత చీరనొకదాన్ని అలమారాలోంచి తీసి యశోదమ్మకిచ్చాడు. పట్టు చీరలేమీ లేవా?" నిరాశగా అడిగింది యశోదమ్మ. "ఈ వూర్లో పట్టుచీరలు నేయరమ్మా" అని వినయంగా అన్నాడు నాదముని.

ముచ్చటగొలిపే చిన్న బుటాలతో ఆ నీలిరంగు చీర చక్కగానే వుంది, లోపలి గదిలోకి వెళ్లి యశోదమ్మ చీరమార్చుకొని వచ్చింది. చిట్టెమ్మ బురదపడిన చీరను కడిగి, ఓ కవర్‌లో పెట్టి రషీదుకిచ్చింది, చీర ఖరీదు మూడువందలని చెప్పాడు నాదముని. "డబ్బు ఈసారి ఇటొచ్చినప్పుడు ఇస్తాలే. అర్జెంటుగా వెళ్తున్నాం" అని మీటింగుకు బయలుదేరింది యశోదమ్మ.

మినిస్టరుగారు యశోదమ్మ తెచ్చిన స్వీట్లు, పాతబట్టలు అనాధపిల్లలకి పంచిపెట్టారు. "నీ సింప్లిసిటీ నాకు నచిందమ్మా. నీ ఫ్రెండ్స్‌లాగా కాక నేతచీరలో లక్ష్మీదేవిలాగా వచ్చావు. చేనేత బట్టలను అభిమానించే వారంటే నాకు గౌరవం. ఖచ్చితంగా ఈ సారి జెడ్‌పీటీసీ సీటు నీకే" అన్నాడు మంత్రి. యశోదమ్మ ఆనందానికి అవధులు లేకపోయింది.

తన అదృష్టానికి కారణమైన నేతచీరను జాగ్రత్తగా బీరువాలో దాచిపెట్టింది యశోదమ్మ. కానీ ఆ ప్రాంతానికి జెడ్‌పీటీసిగా ఎన్నికై, ఆ దారిలో ఎన్నిసార్లు వెళ్లినా, పాపం నాదమునికి డబ్బియ్యాలనే విషయం మరచిపోతూనే వుంది.

ఆదిశక్తి

"**చూ**డు రామయ్యా, నీకిప్పటికే అడ్వాన్సుగా ముప్పైవేల దాకా లెక్క ఇచ్చుండా. మళ్లీ నువ్విప్పుడు సడన్‌గా ఇరవై వేలిమ్మంటే నేనేడికి పోవాల? అప్పటికీ నువ్వు నాకు పట్టు చీరలు నేసుకోనొచ్చినప్పుడంతా, నీ మజూరీలెక్క ఖచ్చితంగా నీకిచ్చేస్తానే వుండానే" తనకు వాడుకగా మగ్గం నేసిచ్చే రామయ్యతో అన్నాడు షావుకారు మల్లికార్జున, వక్కపొడి నములుతూ.

'నిజమే సారూ! కానీ మా రెండో వాడికి' రాజంపేటలో ఇంజనీరింగ్ సీటొచ్చున్నాది. డొనేషన్ సంవత్సరానికి లక్షరూపాయలంట్లే. చేర్చి పెట్టుకోనుండే లెక్క ముప్పైవేలుండాది. నా భార్య నగలమ్మి, కుదవపెట్టి ఇంకో నలభైవేలు తెచ్చుండా. మీరొక ఇరవైవేలిచ్చినా, తెలిసినోళ్లెవరి దగ్గిరన్నా ఇంకో పదివేలు తీసుకోని ఫీజు కట్టేస్తా" దీనంగా అన్నాడు రామయ్య.

"ఐనా నాకు తెలీకడుగుతావుండా! ఎంట్రెన్సులో మంచి రాంకొచ్చుండుంటే మీ వాడికి గవుర్మెంటు సీటొచ్చేసుంటాది. ఇప్పుడంత లెక్కకట్టి ఇంజనీరింగులో చేర్చేది అవసరమా? నా మాటిని ఏ డిగ్రీలోనో చేరమను. ఫస్టియరెట్నో అగచాట్లు పడి ఫీజు కట్టినా, మళ్లీ రెండో, మూడో సంవత్సరాల్లో మీకు మళ్లీ అవస్థేగదా" అన్నాడు మల్లికార్జున, తాపీగా. రామయ్య పట్టు వదల్లేదు. తనకు ఎన్నో ఏళ్ల నుండీ వాడుకగా మగ్గం నేస్తూ వున్న రామయ్యను నిరాశపరచడం ఇష్టం లేక మల్లికార్జున రామయ్యడిగిన ఇరవైవేలూ ఇచ్చి, వారం వారం రామయ్యకిచ్చే కూలీలో ఆ డబ్బు పట్టుకొంటానని చెప్పాడు.

* * *

కడప పట్టణం సమీపంలోని మాధవరం అనాదిగా నేతపనికి ప్రసిద్ధి. అక్కడ నేసే జరీ చీరలు, పట్టు చీరలు దేశవ్యాప్తంగా పేరుగాంచాయి. ఇదివరకు సోమశిల డేమ్ సమీపంలో వున్న మాధవరం గ్రామస్థులు డేమ్ కట్టినప్పుడు తమ పల్లెలు ముంపుకు గురికాగలవన్న భయంతో ప్రభుత్వం తమకు కొత్త ప్రదేశంలో ఇచ్చిన స్థలాల్లో ఇళ్లు కట్టుకొని ఆ ప్రాంతానికి 'కొత్త మాధవరం' అని పేరు పెట్టుకున్నారు. ముప్పై ఏళ్ల క్రితం

ఆ ప్రాంతానికి అలా తరలివచ్చిన వేల కుటుంబాల్లో రామయ్య కుటుంబం ఒకటి. ఆ ప్రాంత ఇలవేలుపు ఒంటిమిట్టలో వెలసిన 'కోదండరాముడి' పేరు మీద రామయ్యకా పేరు పెట్టారు వాళ్ల నాన్న గోవిందయ్య.

కొత్త ప్రాంతంలో ఇల్లు కట్టుకున్నప్పుడు రామయ్యకింకా పెళ్లికాలేదు. కొత్త మాధవరంలో రామకృష్ణయ్య అనే ఆసామి దగ్గర పనిలో కుదిరాక, రెండేళ్లకు మునెమ్మను పెళ్లాడాడు. నేతపనిలో మంచి నేర్పరితనం సంపాదించి, షావుకార్ల మన్నన పొందాడు రామయ్య. రామకృష్ణయ్య మరణించక, మల్లికార్జున రామయ్య పసితనం తెలిసి, పిలిపించి తనకున్న ఇరవై మగ్గాల్లో ఒక మగ్గం నేసే బాధ్యతను అప్పగించాడు.

కాలక్రమంలో రామయ్యకిద్దరు కొడుకులూ, ఒక కూతురూ కలిగారు. పెద్దవాడు నరసయ్యకు చదువు అబ్బకపోవడంతో, వాడికి పదిహేడేళ్ల వయస్సున్నప్పుడే మగ్గం నేతలోకి దించిన రామయ్య, మరొక నాలుగేళ్లకు నరసయ్యపెళ్లి సుమిత్రతో జరిపించాడు. రెండో సంతానంగా పుట్టిన అమ్మాయి శారద బాగా చదువుకొని ఇంటర్మీడియట్ ఫస్ట్‌క్లాస్‌లో పాసై ఇంజనీరింగ్‌లో ప్రభుత్వ కోటాలోనే సీటు సంపాదించింది. కానీ ఆమె చదువు తనకు అదనపు భారం కాగలదని భావించిన రామయ్య శారదను ప్రవేటుగా డిగ్రీ కట్టి, కంప్యూటర్ కోర్సేమైనా చేరమని చెప్పాడు. రెండో కొడుకు మహేష్ ఇంటర్మీడియట్ ఎలాగో గట్టెక్కి ఎంట్రన్స్‌లో అరాకొరా రేంకు తెచ్చుకున్నాడు. డొనేషనైనా కట్టి కొడుకును ఇంజనీరింగులో చేర్చమని రామయ్య భార్య మునెమ్మ మొగుడిని పోరు బెట్టింది. రామయ్యకు కూడా కొడుకును ఇంజనీరుగా చూసుకోవాలని వుంది. అందుకే అందిన చోటల్లా అప్పుచేసి, రామయ్య మహేష్‌ను ఇంజనీరింగ్‌లో డొనేషను కట్టి మరీ చేర్చాడు.

* * *

కాలక్రమంలో మూడేళ్లు గడిచాయి. రామయ్య పెద్ద కొడుకు నరసయ్యకు ఇద్దరు కూతుళ్లు పుట్టారు. సంసారం పెద్దదై ఖర్చులు బాగా పెరిగాయి. రామయ్య రాత్రిం బవళ్లు కష్టపడుతూ చేసిన అప్పుల్లో సింహభాగం తీర్చగలిగాడు. కానీ అప్పులపై వడ్డీ 'వటుడింతై అంతై' అన్నట్లుగా నానాటికీ పెరగసాగింది. మహేష్ ఇంజనీరింగ్ చదువుకు వేరే దారి లేక కొడుక్కు సెకండ్ ఇయర్‌కు ఫీజు కట్టాల్సి వచ్చినప్పుడు తానుంటున్న పెంకుటిల్లు తాకట్టుపెట్టాడు రామయ్య. అలా వచ్చిన డబ్బుతో ఫీజు కట్టి రెండేళ్లు లాక్కుని వచ్చినా మహేష్ ఫైనల్ ఇయర్‌కొచ్చినప్పుడు మరిన్ని అప్పులు చేయాల్సి వచ్చింది.

బంధువులు కొంత సాయపడినా, రామయ్యకు ఋణభారం తలకు మించినదయింది. అదనపు ఆదాయం కోసం జకార్డు మగ్గంపై రోజుకు పదీ, పన్నెండు గంటలు నేయడం వలన అతనికి ఒళ్లునొప్పులు, మోకాళ్ల నొప్పులతో బాటూ ఆస్తమా కూడా దాపురించింది. పెద్ద కొడుకు తన కుటుంబాన్ని పోషించుకోవడమే కష్టంగావుంది. ఇంక తండ్రి కేమీ సాయపడగలడు?

ఈలోగా శారద కష్టపడి చదువుతూ ప్రైవేటుగా డిగ్రీ పూర్తి చేసింది. కంప్యూటర్లో కూడా కొన్ని కోర్సులు చేసి, చీరల డిజైనింగ్లో కూడా కడపకు వెళ్లి ఒక డిప్లమా పూర్తి చేసింది. ఖాళీ సమయాల్లో ఇంటి వద్ద రాట్నం తిప్పడం, అల్లుపట్టడం లాంటి పనుల్లో తండ్రికి సహాయపడేది. తమ్ముడి చదువు కోసం తండ్రి పడే అవస్థలన్నీ మౌనంగానే గమనిస్తూ వుందా అమ్మాయి. ప్రశాంతమైన సరోవరంలా సదా గంభీరంగా వుండే ఆ అమ్మాయి మస్తిష్కాన్ని తండ్రి ఆర్థిక సమస్యలు అతలాకుతలం చేస్తూ వున్నాయి. ఏదో ఒక రకంగా తానెక్కువ ఆదాయం సంపాదించి, తండ్రికి చేదోడువాదోడుగా నిలవాలనుకుంది శారద, "కానీ ఎలా?" ఈ ఆలోచన ఆమె మెదడును తొలుస్తూవుంది.

మహేష్ మాత్రం కుటుంబ సమస్యలే మాత్రం పట్టించుకోకుండా ఫ్రెండ్స్తో జల్సాగా తిరగడం, సినిమాలు, షికార్లతో ఎక్కువ సమయం వృథా చేయడం చేస్తున్నాడు. పరీక్షలప్పుడు ఏదో అరాకొరగా చదివి, బొటాబొటి మార్కులు తెచ్చుకోవడం, ఫెయిలైన సబ్జెక్టులు మళ్లీ, మళ్లీ రాయడం చేస్తూవున్నాడు. ఇంట్లో సోదరి, కాలేజీలో లెక్చరర్లూచేసే హితబోధ అతడికి 'చెవిటివాడి ముందు శంఖమూది నట్లే' తలకెక్కడం లేదు. తల్లి గారాబం వాడిని మరింత తలబిరుసుగా తయారు చేస్తూవుంది.

శారదను తమస్కూల్లో టీచరుగా చేరి, పిల్లలకు పాఠాలు చెప్పమని స్థానికంగా వున్న కొన్ని కాన్వెంట్లు ఆహ్వానించాయి. కానీ అరకొరా జీతాలకు తన శ్రమను దారబోయడం ఆమెకు ఏమాత్రం నచ్చలేదు. తానేదైనా వినూత్నంగా ఆలోచించి, ప్రయోగాత్మకంగా వుపాధి కల్పించుకొని తన కాళ్లపై తాను నిలబడాలని భావించిందా అమ్మాయి. ఆమె చేసిన కంప్యూటర్ కోర్సులూ, డిజైనింగ్ కోర్సు ఆమెకు కొన్ని కొత్త ఆలోచనలిచ్చాయి.

మాధవరంలో చవగ్గా దొరికే కొన్ని ప్లెయిన్ కాటన్ చీరలను తెచ్చుకొని, తాను కొన్న బ్లాక్ ప్రింటింగ్ మెషిన్ ద్వారా అందమైన డిజైన్లను ప్రింట్ చేసి, చూడచక్కని

బుటాలు కొన్ని చీరలపై అల్లి చీరల షాపుల వాళ్లకిచ్చింది దామె. తిరుపతికి వెళ్లే హైవేలో మాధవరం వుండడంతో దూరప్రాంత ప్రయాణికులు చాలా మంది రోడ్డుపై వున్న షాపుల వద్ద ఆగి చీరలు చూస్తూ వుంటారు. కొద్ది రోజుల్లోనే శారద తమకిచ్చిన చీరలు హాట్‌కేకుల్లా అమ్ముడు పోవడంతో షాపుల వాళ్లు ఆమెకు మరిన్ని ఆర్డర్లు ఇచ్చారు. 'తాను డిజైనరు కోర్సులో నేర్చుకున్న కొత్త డిజైన్లు, ఫ్లాకింగ్, గార్నిషింగ్, ఆర్సావర్క్ లాంటి వినూత్న పద్ధతులతో శారద నూలు చీరలపై రమణీయంగా డిజైన్లు సృష్టించేది. సూరత్, ఉదయ్‌పూర్‌లలో దొరికే అందమైన చీరలకు ఏ మాత్రం తగ్గకుండా శారద తయారు చేసే చీరలు వుండడంతో ఆమెకు ఆర్డర్లు వెల్లువెత్తాయి. తాను వొక్క దాన్ని ఇంతపని చేయలేకపోవడం, ఇంటి జాగా చాలక పోవడంతో శారద తాను ఆదా చేసిన సొమ్ముతో బాటు బ్యాంక్ లోన్ తీసుకుని హైవేపైనే ఒక బొటిక్‌కోసం పెద్దగది ఒకటి అద్దెకు తీసుకొంది. ప్రొద్దుటూరు ప్రాంతంలో దొరికే 'దూపియాన్' వైట్‌క్లాత్‌ను తెప్పించుకొని దానిపై గార్నిషింగ్ చేయించి, నిపుణులైన టైలర్లతో కుట్టించి పెళ్లికి సంపన్నులు ధరించే సూట్లనూ తయారు చేయసాగింది. ఆమె ఎదుగుదలను ఆమె తల్లిదండ్రులు అబ్బురంగా చూస్తూ వుండిపోయారు. తన బొటిక్‌లో నలుగురు పనివారిని పెట్టుకొని శారద బ్లాక్ ప్రింటింగ్ ఫ్లాక్‌వర్క్, స్వస్తిక్‌వర్క్, ఆర్సావర్క్ వంటి ప్రక్రియలతో చీరలకు మెరుగులు దిద్ది అమ్మకానికి తన బొటీక్‌లో వుంచేది. తన పనివారికి తానే దగ్గరుండి శిక్షణ ఇవ్వడంతో వారూ మెరికల్లాగా తయారయ్యారు. అమ్మకాలు రోజు రోజుకూ పుంజుకుంటున్నాయి.

* * *

బొంబాయి నుండి హైదరాబాదుకు చీరలు షాపుల్లో ఇవ్వడానికి వచ్చిన సూరజ్‌మల్, వ్యాపారం ముగిశాక తిరుపతి వెంకటేశుని దర్శనానికి, తన క్వాలిస్ వాహనంలో వస్తూ, కాకతాళీయంగా శారద బొటిక్ వద్దకు వచ్చి, ఆమె తయారు చేస్తున్న చీరలను, సూట్లను చూసి అబ్బురపడ్డాడు. "బహుత్ అచ్చా బేటీ, మాషాపులు బొంబాయి, బేంగ్లూర్, హైదరాబాదుల్లో 'గీతాంజలి' పేరుతోవున్నాయి. ముంబాయిలోని డిజైనర్లు మమ్మల్ని దోచేస్తున్నారు. నువ్వు వాళ్లిచ్చే ప్రోడక్ట్స్ కన్నా నాణ్యమైన చీరలు తక్కువ రేట్లలోనే అమ్ముతున్నావు. రెగ్యులర్‌గా మా సంస్థకు నువ్వు చీరలు సప్లై చేయగలవా, నీ కష్టానికి తగ్గ ప్రతిఫలం నీకు దక్కుతుంది. నువ్వు సరేనంటే అగ్రిమెంట్ తీసుకొని మళ్లీ వస్తా" అన్నాడు. శారద ఆశ్చర్యానందాలతో తలమునకలైంది. నెలరోజుల్లో సూరజ్‌మల్‌తో వ్యాపార

ఒప్పందం చేసుకొని అతడిచ్చిన భారీ అడ్వాన్సు తీసుకొని మురిసిపోయింది. తండ్రి అప్పులన్నీ తీర్చి వేసి, తన బొటీక్ కోసం మరింత పెద్ద ప్రాంగణం అద్దెకు తీసుకొని ఇరవైమంది పనివారికి వుపాధి కల్పిస్తూ నలుగురికీ ఆదర్శమైంది.

"అమ్మా, ఆడ పిల్లకు చదువెందుకని నిన్ను సరిగ్గా చదివించలేదు. కానీ నువ్వు ఒట్టి ఆడపిల్లవుకాదు. ఆదిపరాశక్తివి. శక్తి స్వరూపిణిలా నన్నూ, కుటుంబాన్ని ఆదుకున్నావు. ఏమిచ్చి నీకు ఋణం తీర్చుకోగలను? నీ తమ్ముడినీ నీలా తీర్చిదిద్దు. నువ్వు లేకపోతే ఈ రోజు ఇల్లు అమ్ముకొని వీధిన పడాల్సి వచ్చి వుండేది" కళ్ల నీళ్లతో గద్గదికంగా అన్నాడు రామయ్య. శారద తండ్రి కన్నీరు తుడిచి, చిరునవ్వునవ్వింది.